சிறு வீ ஞாழல்

கதை வடிவில் குறுந்தொகைப் பாடல்கள்

பிரியா பாஸ்கரன்

டிஸ்கவரி பப்ளிகேஷன்ஸ்
எண்: 9, பிளாட் எண்: 1080A, ரோஹிணி பிளாட்ஸ்
முனுசாமி சாலை, கே.கே.நகர் மேற்கு,
சென்னை – 600 078. பேச: 99404 46650

வெளியீட்டு எண்: 0306

சிறு வீ ஞாழல் (கட்டுரை),
ஆசிரியர்: பிரியா பாஸ்கரன்©
Siru Vee Gnazhal (Essays),
Author: Priya Baskaran©

Print in India

1st Edition: Dec - 2023

ISBN: 978-93-95285-94-0

Pages - 112

Rs - 140

Publisher • **Sales Rights**

Discovery Publications
No. 9, Plot,1080A, Rohini Flats,
Munusamy Salai,
K.K.Nagar West, Chennai - 78.
Tamilnadu, India.
Mobile: +91 99404 46650

Discovery Book Palace (P) Ltd
No. 1055-B, Munusamy Salai,
K.K.Nagar West,
Chennai-600 078.
Ph: (044) 4855 7525
Mobile: +91 87545 07070

discoverybookpalace@gmail.com / www.discoverybookpalace.com

இந்த நூலில் பிரசுரமாகியுள்ள எந்த ஒரு பகுதியையும் எழுத்துபூர்வமான முன்அனுமதி பெறாமல் எடுத்தாள்வதோ, மறுபிரசுரம் செய்வதோ, மொழியாக்கம் செய்வதோ, ஊடகங்களில் மறுபதிப்புச் செய்வதோ, காப்புரிமைச் சட்டப்படி தடை செய்யப்பட்டுள்ளது. இந்த நூலிலிருந்து சில பகுதிகளை மேற்கோள்காட்டி நூல்அறிமுகம் செய்யலாம்.

உங்கள் மொபைல் போனிலிருந்து ஸ்கேன் செய்து 'டிஸ்கவரி புக் பேலஸ்' மொபைல் ஆப்பை டவுன்லோடு செய்து, புத்தகங்களை வாங்குங்கள்.

சமர்பணம்:

தமிழ்த் தாத்தா உ.வே.சாமிநாதன் அவர்களுக்கு..

பிரியா பாஸ்கரன்

காஞ்சிபுரம் அருகில் வெம்பாக்கம் என்ற கிராமத்தில் பிறந்தவர். கடந்த இருபது வருடங்களாக மிச்சிகன் மாகாணம், வட அமெரிக்காவில் பொது நிறுவனமொன்றில் மேலாளராகப் பணியிலிருக்கிறார். கணவர், இரண்டு மகன்கள் ஒரு மகளோடு அமெரிக்காவில் வசிக்கிறார். சங்க இலக்கியம், மரபு இலக்கியத்தில் ஆர்வமும் ஈடுபாடும் கொண்டவர்.

மரபுக் கவிதைகளின் மேலுள்ள ஈடுபாட்டால் வெண்பா பயிற்சிப் பட்டறை நடத்துகிறார். சேலம் தமிழ் இலக்கியப் பேரவையில் பாரதியார் விருது, படைப்பு குழுமத்தின் சிறந்த படைப்பாளி விருது, தமிழ்நாடு முற்போக்கு கலை இலக்கிய மேடையின் தஞ்சை பிரகாஷ் நினைவு விருது மற்றும் தேசிய விநாயகம் விருது கதை பித்தன் வெளிநாடு வாழ் படைப்பாளருக்கான சிறப்பு விருது, இலங்கை மகுடம் கலை இலக்கிய சமூக பண்பாட்டுக் காலாண்டிதழின் பிரமிள் விருது, தமிழால் இணைவோம் உலகத் தமிழ் களத்தின் தங்க மங்கை விருது, வல்லினச் சிறகுகளின் மகாகவி ஈரோடு தமிழன்பன் கவிதை 80 ஆகிய விருதுகளைப் பெற்றுள்ளார்.

மூன்று தமிழ்க் கவிதைத் தொகுப்புகள் 'நினைவில் துடிக்கும் இதயம்', 'காற்றின் மீதொரு நடனம்', 'சலனமின்றி மிதக்கும் இறகு' வெளி வந்துள்ளன. மேலும் இவரது கவிதைகள் ஆங்கிலத்தில் மொழிபெயர்க்கப்பட்டு *The Horizon of Proximity* என்ற கவிதை நூலும் வெளி வந்துள்ளது. தற்பொழுது 'யாம நுகர் யட்சி' என்ற கவிதை நூலும், இந்த 'சிறு வீ ஞாழல்' என்ற குறுந்தொகைப் பாடல்கள் கதை வடிவிலான நூலும் டிஸ்கவரி புக் பேலஸ் பதிப்பகத்தின் மூலம் வெளி வந்துள்ளன.

நிலத்தினும் பெரிதே..!

பள்ளிக் காலங்களில் சங்க இலக்கியம் என்றாலே காத தூரம் ஓடிய நாள்கள் உண்டு. இலக்கியங்களைப் படித்தாலே வேற்று மொழி போலவும், இல்லை இலக்கியம் பேசும் நபர்கள் அத்தனை பேரும் வேற்றுக் கிரக வாசி போலவும் தோன்றும்.

மதிப்பெண்ணுக்காக மனப்பாடம் செய்து 100/100 வாங்கப் படித்த பாடல்கள் மட்டுமே பரிச்சயம் எனக்கு. அப்படி இருந்த என்னை இன்று அன்றாட வாழ்வியலோடு சங்கப் பாடல்களைப் பொருத்திப் பார்க்கவைத்துவிட்டன சங்க இலக்கிய நூல்கள்.

"என்னை நன்றாக இறைவன் படைத்தனன்
தன்னை நன்றாகத் தமிழ் செய்யுமாறு"

- திருமூலர்.

என்னடா.. திருமூலர்- திருமந்திரம் எல்லாம் சொல்கிறேனே.. நிறைய இலக்கியத்தைக் கரைத்துக் குடித்து இருப்பேன் என நினைக்கவேண்டாம். தமிழில் எந்தவிதப் பட்டமும் பெறவில்லை. தமிழில் கல்வித்தகுதிக்கான பின்புலம் எதுவும் இல்லை.

நான் வடஅமெரிக்கா வந்தவுடன் எங்குப் பார்த்தாலும் கற்றலும், கேட்டலும், பேசுதலும் ஆங்கில மயம். பணியும், பணி சார்ந்த இடமும் ஆங்கிலம். தமிழ் கேட்கவும், உரையாடவும் மனம் ஏங்கித் தவித்த நாள்கள் பல. அப்பொழுதுதான் மொழியின் அருமை உணர்ந்தேன். என் அப்பாவின் குரல் ஓங்கி ஒலித்தது..

"மொழி விட்டுப் போனால் உறவு விட்டுப் போகும்".

அடிக்கடி அப்பா சொல்லும் வாக்கு. புத்தகங்கள் பல தேடி வாசித்து சிறிது ஆற்றிக்கொண்டேன். எங்கள் மிச்சிகன் தமிழ்த் தாத்தா

என்று சொல்லக்கூடிய ஞானாசிரியர் திரு. சேதுராமன் நாராயணசாமி அவர்களிடம் இலக்கியம் கற்க ஆரம்பித்தேன். அப்படித்தான் சங்க இலக்கியத்தின் மேல் தீராப் பேரன்பு வந்தது.

எல்லா இடங்களிலும் கடவுள் நிறைந்து இருப்பதுபோல நீக்கமற நிறைந்து இருக்கும் மற்றொன்று காதல். காதல்... சொல்லும் போதே மனதை ஏதோ செய்கிறதல்லவா..? மனித இதயங்கள் அன்பால் துடிக்கும்வரை, இந்தக் காதலும் காலமற்று நிலைத்திருக்கும் அல்லவா..? காதல் எதனையும்விடப் பெரிது எனத் தோன்றவைக்கும் தானே..!

யாருக்குத்தான் காதல் பிடிக்காது. இந்தப் பிரபஞ்சமே காதலில்தானே இயங்கிக்கொண்டிருக்கிறது. சங்க இலக்கியங்கள் சொல்லாத காதலையா இன்றைய கவிதைகளில் சொல்லிவிட முடிகிறது நம்மால்..? சங்க காலம் தொட்டே அகத்திணைப் பாடல்கள் காதலைக் கொண்டாடித் தீர்த்தன. அவ்வாறான காதலையும், காதலர்களின் உள்ளத்து உணர்வுகளையும் கொண்டாடியதற்கு நற்றிணை, குறுந்தொகை, அகநானூறு போன்ற சங்க இலக்கியப் பாடல்களே சான்றுகள். அவற்றுள் குறுகிய வரிகளில் நிறைந்த காதலைச் சொல்லும் அழகில் சொக்கித் தலை கிறுகவைக்கும் நல்ல குறுந்தொகையை எடுத்து அதனைக் கதை வடிவில் நண்பர்களுடன் சேர்ந்து குழுவாக இணைந்து ஒரு நிகழ்ச்சியை வட அமெரிக்கத் தமிழ் ஆர்வலர்கள் குழுவில் செய்தேன்.

பழந்தமிழர் வாழ்வியலுக்கு ஆதாரமாக இருக்கும் சங்க இலக்கியத்தை அடுத்த தலைமுறைக்குக் கொண்டு சேர்க்கும் நோக்கில் அதனைத் தொடராக எழுதினால் பயனாக இருக்கும் என்பதால், கொலுசு இதழில் குறுந்தொகையில் இருக்கும் 401 உதிரிப்பூக்களான பாடல்களில் சிலவற்றை எடுத்துக் கோத்து இலகுவாகக் கதை வடிவில் தொடராகத் தொடர்ந்து 20 வாரங்கள் எழுதினேன்.

இதோ..

நமது குறுந்தொகை காதல் கதையில் தலைவன், தலைவி, பாங்கன், பாங்கி, நற்றாய், செவிலித்தாய், கட்டுவிச்சி எல்லாம் வருகிறார்கள்..

கதாநாயகன்(தலைவன்) - பூங்குன்றன், கதாநாயகி(தலைவி)- பூங்குழலி, தலைவனின் நண்பன்(பாங்கன்) - ஆதன், கதாநாயகியின் தோழி(பாங்கி) - ஆதனி, கதாநாயகியின் தாய் (நற்றாய்) - மாதேவி, கதாநாயகியை வளர்த்த தாய்(செவிலித்தாய்)-

முத்தழகு, கட்டுவிச்சி(குறி சொல்லும் குறத்தி) - வள்ளி இப்படிப் பல பேர் இருக்கிறார்கள்.. கதாப்பாத்திரப் பெயர்கள் கதையை நகர்த்துவதற்காக வைத்தது. இக்கதையும், கதை மாந்தர்களும், நிகழ்வுகள் நடந்ததாக இடம் பெற்றிருக்கும் ஊர்களும் புனைவே.

தொல்காப்பியப் பெண்டிரின் பண்பு நலன்கள் எண்ணி வியக்கத்தக்கனவாக உள்ளன. இதனைப் பொருளதிகாரத்தில்,

"செறிவும் நிறைவும் செம்மையும் செப்பும் அறிவும் அருமையும் பெண்பா லான"

-தொல்காப்பியர், தொல்காப்பியம் 1154.

என்ற நூற்பாவில் தொல்காப்பியரே சொல்லி இருக்கிறார். அடக்கம், அமைதி, நேர்மை, உண்மையை உரைக்கும் சொல்வன்மை, நன்மை தீமையைப் பிரித்தாராயும் அறிவு, அரும் பண்புகள் ஆகியவை பெண்டிரின் குணநலன்களாகத் தொல்காப்பியம் கூறுகின்றது. ஆகையால் கதையில் அவ்வளவு 'பெண்' கதாபாத்திரங்கள்.

"சிறு வீ ஞாழல்" கொலுசு மாத இதழில் "சங்க முழக்கம்" என்ற பெயரில் தொடராக வெளிவந்தது. தொடர் எழுத ஊக்குவித்து 20 வாரங்கள் தொடராக வெளியிட்ட கொலுசு ஆசிரியர், கவிஞர்., அன்புச் சகோதரர் அறவொளி அவர்களுக்கும் மற்றும் ஆசிரியர் குழுவிற்கும் அன்பின் நன்றி.

சிறு வீ ஞாழலை வெளியிடும் எனது பதிப்பகத்தார் டிஸ்கவரி பதிப்பகத்தின் உரிமையாளர் மு. வேடியப்பன் அவர்களுக்கும், அட்டைப்படம் வடிவமைத்த வெ. பாலாஜி அவர்களுக்கும் அன்பின் நன்றி.

பின்னட்டைக்கு புகைப்படம் எடுத்துத் தந்த நண்பர் அணில் அவர்களுக்கும், ஒளிப்படத்தைத் திருத்தி தந்த நண்பர், புகைப்படக் கலைஞர். பால முரளி அவர்களுக்கும் அன்பும் நன்றியும்.

இந்நூலின் சுருக்கத்தைச் சிறப்புடன் பின்னட்டைக்குறிப்பாக வழங்கியுள்ள அன்பு நண்பர், பிரபல திரைப்படப் பாடலாசிரியர், கவிஞர் பழநிபாரதி அவர்களுக்கு அன்பும் பெருமகிழ்வு நன்றியும்.

தொடரின் சில தலைப்புகளை அன்புத் தோழி கவிஞர்.. ராஜி வாஞ்சி அவர்கள் பரிந்துரைத்ததைப் பயன்படுத்தி உள்ளேன். அவருக்கு எனது அன்பும் நன்றியும்.

ஒவ்வொரு மாதமும் பிரதியைச் சரிபார்த்துத் தந்த அன்பு நண்பர் கவிஞர். தாமரைபாரதி.. அவருக்கு எனது தீந்தமிழின் பேரன்புப் பிரியங்கள்.

என் பெற்றோர்களுக்கும், உடன் பிறப்புகளுக்கும், உறவுகளுக்கும், நண்பர்களுக்கும் அன்பும் நன்றியும்.

சுவரில்லாமல் சித்திரம் வரைய இயலாது. அதுபோலத்தான் என் கணவர் விஜய் பாஸ்கரன் அவர்களும், முத்தான மூன்று பிள்ளைகளும். அவர்களுக்கு எனது பிரிய முத்தங்கள்.

வாசகர்களுக்கும், குறிப்பாகச் சங்க இலக்கியம் அறிமுகமில்லாத வாசகர்களுக்கும், புலம் பெயர்ந்தவர்களின் அடுத்த தலைமுறைக்கும் இந்த நூல் கடுகளவாவது சங்க இலக்கியத்தின்பால் ஈடுபாட்டை ஏற்படுத்தும் என நம்புகிறேன். வாசித்து தங்களது மேலான கருத்துகளை நீங்கள் சொல்ல நான் கேட்க ஆவலாக உள்ளேன்.

என்றும் அன்புடன்,
பிரியா பாஸ்கரன்
9.13.23.
Priya@Baskarans.com

உள்ளே

1. கலிழும் கன்னி மனம் — 11
2. புதுக்கோள் யானையாய்க் காதலின் தவிப்பு — 15
3. யாயும் ஞாயும் யாராகியரோ? — 20
4. நின் நல் அகம்...! — 25
5. யான் முயங்குங்கால்..! — 30
6. ஆரலும் குருகும் ஆகுமோ சாட்சி..? — 35
7. நல்லையல்லை நெடுவெண்ணிலவே..! — 40
8. காதல் நோயும் அவனே! மருந்தும் அவனே! — 48
9. நினைவில் இனிக்கும் இளம்புல் — 52
10. மயல் மாற்றும் மருந்தும் உளதோ..? — 58
11. தைவரல் ஊதையும் இன்னா தரும்.. — 63
12. அகவன் மகளே.. பாடுக பாட்டே..! — 68
13. நெய்கனி குறும்பூழ் காயமாக ஆர்பதம் பெறுக...! — 76
14. தூற்றலும் பழியே.. வாழ்தலும் பழியே..! — 80
15. காதலர் வரக் காண்போரே..! — 86
16. மணமது ஆகிட அலரது நீங்குமே..! — 90
17. கசந்த கற்பும் இனித்த களவும்...! — 95
18. இனிதெனக் கணவன் உண்டலின்! — 100
19. கமழும் கார்கூந்தல்...! — 105
20. மாமழையே பெய்தினி வாழியோ..! — 109

1 - கலிழும் கன்னி மனம்

"ஏனோ தன்னாலே உன் மேலே காதல் கொண்டேனே
ஏதோ உன்னாலே என் வாழ்வில் அர்த்தம் கண்டேனே.."

—கவிஞர். மதன் கார்க்கி, நண்பன்.

இயக்குநர் சங்கரின் 'நண்பன்' படத்தில், மேற்கண்ட பாடலில் வருகின்ற ஓர் அழகான பூஞ்சோலையைக் கண்ணுக்கு முன்னாடி கொண்டுவாருங்கள். அந்தப் பூஞ்சோலை இரணியமுட்டம் என்ற அழகிய மலை சார்ந்த கிராமத்தில் உள்ளது. அதில் பெயர் தெரிந்த தெரியாத, வண்ணம் அறிந்த அறியாத, வாசனை மிகுந்த மிகாத மலர்கள் பூத்துக் குலுங்குகின்றன. அந்தச் சோலையைச் சுற்றி நீரோடை ஓடிக்கொண்டிருக்கிறது.. அந்தப் பூஞ்சோலைக்குத் தலைவி பூங்குழலியும், தோழி ஆதனியும் பூப்பறிக்க வருகிறார்கள். அன்று, என்றும் இல்லாத நிறையத் தண்ணீர் அந்த நீரோடையில்.

ஓ.. பக்கத்து ஊரில் நல்ல மழை போல, அதான் இங்க இப்படித் தண்ணீர் ஓடுகிறது என்று ஆதனி எண்ணும் போதே, கூடவே அவளுக்கு அவன் நினைப்பு வருகிறது.

யார் அவன்..!?

ஏய்ய்.. குழலி, உனக்கு அவனை ஞாபகமிருக்கா..?

கேட்கிறாள் ஆதனி. அதற்கு குழலி திடீரென உனக்கு அவன ஞாபகமிருக்கா என்று கேட்டால் என்னத்தைச் சொல்லுவாள்..

எரிச்சலுடன் யார்ரீ..?

அதாண்டீ ஒரு நாள் வந்தானா..? இல்ல இரண்டு நாள் வந்தானா..? நிதம் நிதம் வந்தானே. எல்லாரும் தன்னைப் பத்தி ஒரு கதாநாயகனாக நினைத்து, நான் அப்படி, நான் இப்படி எனத் தற்பெருமை பேசுவாங்க..

ஆன இவன் எவ்வளவு தன்மையாகத் தன்கிட்ட இருக்கிற குறையை மறைக்காமல், எவ்வளவு பணிவான சொற்களைப் பேசினான்.

ஆங்ங்... அதுக்கென்னடி இப்ப..? என விட்டேற்றியாகப் பேசிய குழலி, ஆதனியின் மனத்தில் அவனைப் பற்றி என்ன நினைக்கிறாள் என்பதை அறிய முயல்கிறாள்.

அடிபோடி இவளே.. நான் அப்படியே உருகிப் போய்ட்டேன். நான் உருகி என்ன பிரயோசனம். அவன் உன்னை இல்ல பார்த்தான்.. ஆனா நீ அவனைத் திரும்பிக் கூட பார்க்கல..

அதோ.. அங்க பாரேன்.. மலை உச்சியிலே இருக்கு பாரு, ஒரு தேன் கூடு. அவ்வளவு உச்சியில இருக்கிற தேனடையை யாராவது சுலபமாக எடுக்க முடியுமா..? கொஞ்ச நாள் கழித்து முதிர்ந்து தானாகக் கீழே விழுந்து வீணாகப் போய்விடும் அந்தத் தேனடை.

அடியேய் குழலி, நம்ம மனசு சங்கடப்பட்டா நம்ம அப்பா கையைப் பிடிச்சுகிட்டு ஆறுதல் அடைவோமில்ல, அதுபோல அவன் கையைப் பிடிச்சுகிட்டு ஆறுதல் அடையக்கூடிய உணர்வு அவன் கிட்ட இருக்குடி. ஆனா.. நீதான் அவனை ஏறெடுத்துக்கூடப் பாக்கல.. இப்ப எல்லாம் அவன் வருவதில்ல.. எங்கதான் போனானோ அவன்..?!

பாரு இங்க... இந்த நீரோடையில், நேற்று எங்கோ பொழிந்த மழையால கலங்கி வருகின்ற இந்தத் தண்ணீரைப் பார்க்கும்பொழுது, நம்மைவிட்டு எங்கோ போன அவன் நினைப்புதாண்டி வருது எனக்கு. எப்படி இந்த தண்ணீர் கலங்கிப்போய் இருக்கிறதோ அதுபோலத்தான் என் மனசும் கலங்கி இருக்குடி என்று சொல்கிறாள் ஆதனி.

பேசிப் பேசியே தோழியின் மனத்தில் இருப்பதை அறிந்து கொண்டாள் குழலி.

நந்தா படத்தில் கவிஞர். பழநிபாரதி அவர்கள் எழுதிய "முன் பனியா முதல் மழையா.." பாடலில் வரும் வரிகளான..

"மனசில் எதையோ மறைக்கும் கிளியே...
மனசைத் திறந்து சொல்லடி வெளியே...
கரையைக் கடந்து நீ வந்தது எதற்கு...
கண்ணுக்குள்ளே ஒரு ரகசியம் இருக்கு...
மனசைத் திறந்து சொல்லடி வெளியே..."

-கவிஞர். பழநிபாரதி, நந்தா.

என்ற வரிகளைத்தான் எனக்கு நினைவூட்டியது குழலியின் செயல்.

ஆதனியின் ஆதங்கத்தைப் படம் பிடித்துக் காட்டுவது போல, அந்தக் காலத்திலேயே சங்கப்புலவர் வருமுலையாரித்தியார் அற்புதமாகச் சொல்லி இருக்கிறார். குறுந்தொகைப் பாடல் 176இல் குறிஞ்சித் திணையில், தோழியின் கூற்றாகப் பிரமாதமான ஒரு பாடலை எழுதி இருக்கிறார். அப்பாடல்..

"ஒருநாள் வாரலன் இருநாள் வாரலன்
பன்னாள் பணிமொழி பயிற்றி என்
நன்னர் நெஞ்சம் நெகிழ்த்த பின்றை
வரைமுதிர் தேனின் போகியோனே
ஆசுஆகு எந்தை யாண்டு உளன் கொல்லோ?
வேறுபுலன் நன்னாட்டுப் பெய்த
ஏறுடை மழையின் கலிழும் என் நெஞ்சே."

- வருமுலையாரித்தியார், குறுந்தொகை 176.

இந்தப் பாடலின் கூற்று என்னவென்றால், தலைவன் ஒரு பெண்ணைப் பார்த்தான் அவள் அழகில் மயங்கினான். அவளை அடைய விரும்பினான். தனக்குத் தலைவியின் மேல் உள்ள விருப்பத்தைத் தலைவியின் தோழியிடம் கூறி, தலைவியைச் சந்திப்பதற்கு அவள் உதவியை நாடினான். ஒருமுறை அன்று; இருமுறை அன்று; அவன் பலமுறை தோழியின் உதவியை வேண்டினான். தோழி தலைவியிடம் அவனுக்காகப் பரிந்துரைத்தாள். ஆனால், தலைவி அவனை ஏற்கவில்லை. அதனால், ஏமாற்றம் அடைந்த தலைவன் இப்பொழுது எங்கோ சென்றுவிட்டான். "தோழி, உன்னை அவன் மிகவும் விரும்பினான். அவன் மிகவும் பணிவானவன்; நல்லவன். உன்னைச் சந்திப்பதற்கு என் உதவியை வேண்டினான். நான் சொன்ன சொற்களை நீ ஏற்கவில்லை. இப்பொழுது அவனைக் காணவில்லை. அவன் இப்பொழுது எங்கே இருக்கின்றானோ" என்று தோழி தலைவியிடம் தன் வருத்தத்தைக் கூறுகிறாள்.

தலைவன் ஒருநாள் வரவில்லை; இரண்டு நாள்கள் வரவில்லை. பல நாட்கள் வந்து, பணிவான சொற்களைப் பலமுறை கூறி எனது நல்ல நெஞ்சத்தை இரங்கச்செய்த பிறகு மலையிலிருந்து முதிர்ந்து விழுந்த தேனடையைப் போலப் போனவனும், நமக்குப் பற்றுக்கோடாக

இருக்கும் எம் தந்தை போன்றவனுமாகிய நம் தலைவன் இப்பொழுது எங்கே இருக்கின்றானோ? வேற்றுப் புலங்களையுடைய நல்ல நாட்டில், இடியுடன் பெய்த மழைநீர் கலங்கி நம் நாட்டுக்கு வருவது போல, எங்கோ இருக்கும் தலைவனை நினைத்து என் நெஞ்சு கலங்குகின்றது.

அதாவது, மலையில் முதிர்ந்த தேனடை, தன்னிடம் உள்ள தேன் ஒருவருக்கும் பயன்படாது விழுந்து அழிந்ததைப் போல, தான் கூறுவதை யாரும் ஏற்றுக் கொள்ளாததால் தலைவன் எங்கோ சென்றான் என்பது குறிப்பு. வேற்று நாட்டில் இடியுடன் பெய்த மழை கலங்கிய தலைவி இருக்கும் நாட்டிற்கு வருவதைப் போல் எங்கோ இருக்கும் தலைவனைப் பற்றிய நினைவு தோழிக்கு மனக்கலக்கத்தைத் தருகின்றது.

இப்படிப் பூங்குழலியும், ஆதனியும் பேசிக்கொண்டே பூப்பறித்துக் கொண்டு தங்கள் வீட்டுக்குச் செல்கிறார்கள். அப்படி ஆதனி கவலைப் படும்படி இந்தத் தலைவன்.. இந்தக் கதையின் கதாநாயகன் பூங்குன்றன் எங்கே போனான்..? எங்கே இருக்கிறான்..? என்ன செய்கிறான்..?!

2 - புதுக்கோள் யானையாய்க் காதலின் தவிப்பு

தோழி ஆதனி கவலைப்பட்டபடி தலைவன் பூங்குன்றன் கண்காணாத இடத்துக்கு எல்லாம் போகவில்லை. அவனது தாய்-மாமனுக்கு உடல் நலக்குறைவு என்று கேள்விப்பட்டதால், அவரைக் கண்டு வருவதற்காகத் தாய்மாமன் ஊரான புள்ளிமான் கோம்பைக்குத் தன் தோழன் ஆதனுடன் சென்றிருந்தான். புள்ளிமான் கோம்பை ஒரு எழில் வாய்ந்த மலைக்கிராமம்.

இந்தக்காலம் போலப் பேருந்து, மகிழுந்து, உந்துருளி, இல்லை என்றால் மிதிவண்டி போல வாகனங்கள் அந்தக் காலத்தில் பயணம் செய்யக் கிடையாது. நடைவழிப்பயணம்தான். பல நாட்கள் ஆகலாம் சென்று வர. ஆதலால், தன் தோழன் ஆதனை வழித்துணைக்கும், பேச்சுத் துணைக்கும் கூட அழைத்துச் சென்றிருந்தான். போகும் வழியெல்லாம் மாமன் நினைப்பில். புள்ளிமான் கோம்பைக்குச் சென்று அவரைக் கண்டு, உடன் இருந்து அவருக்கு வேண்டிய உதவிகள் செய்தார்கள் இருவரும். அவரின் உடல் நலமும் தேறிவிட்டது விரைவில்.

ஒரு மாலைப் பொழுதில் பூங்குன்றனும், ஆதனும் ஒரு பேரழகான சுனைக்கருகில் அமர்ந்திருந்தார்கள். குறிஞ்சித் திணையில் சுனைக்கா பஞ்சம்.

"ஆது.. எல்லாம் நம் மலைக்கடவுள் அந்த சேயோனுக்குத்தான் நன்றி சொல்லவேண்டும். அவன் அருளால் நமது மாமன் பிழைத்துவிட்டார்..."

"குன்றா.. நமது மலையையேக் கட்டிக்காக்கும் சேயோன் மாமனையா விட்டுவிடுவார்..?"

திணை,சேயோன் என்றால் என்ன? சுருக்கமாகத் தொல்காப்பியர் சொன்னதை இங்குப் பகிர்வது சிறப்பென நினைக்கிறேன்.

“மாயோன் மேய காடு உறை உலகமும்
சேயோன் மேய மைவரை உலகமும்
வேந்தன் மேய தீம்புனல் உலகமும்
வருணன் மேய பெருமணல் உலகமும்
முல்லை குறிஞ்சி மருதம் நெய்தல் எனச்
சொல்லிய முறையாற் சொல்லவும் படுமே.”

–பொருளதிகாரம், அகத்திணையியல் 5.

‘மாயோன் மேய காடுறை உலகமும்’ என்று முல்லை நிலத்தைக் காடும் காடு சார்ந்த இடமும் என்று கூறி, அக்காட்டுக்குரியதெய்வமாக மாயோன் என்னும் திருமாலைக் குறிப்பிடுகின்றார்.

‘சேயோன் மேய மைவரை உலகமும்’ என்று குறிஞ்சி நிலத்தை மலையும் மலையைச் சார்ந்த இடமும் என்று கூறி, அம்மலைக்குரிய தெய்வமாகச் சேயோன் என்னும் முருகனைக் கூறுகிறார்.

‘வேந்தன் மேய தீம்புனல் உலகமும்’ எனக் கூறுவது வயலும் வயலைச் சார்ந்த இடமாகிய மருத நிலமாகும். வேந்தன் என்னும் இந்திரன் வயலும் வயலைச் சார்ந்த இடதுக்குக் கடவுளாவான்.

‘வருணன் மேய பெருமணல் உலகமும்’ என்று கூறுவது மணல் மிகுந்திருக்கக் கூடிய கடலும் கடல் சார்ந்த நெய்தல் நிலமாகும். இந்த நிலத்துக்குக் கடவுளாக வருணன் உரைக்கப்படுகிறான்.

தமிழகத்தில் பாலைநிலம் இல்லாததாலோ என்னவோ, பாலைத் திணை என்னும் பாலைவனப் பகுதிக்கான தெய்வத்தைத் தொல்காப்பியர் முன்மொழியவில்லை.

பாலை என்பதை ஒரு நிலவகையாகச் சேர்க்கப்பட்டதைப் பதிவு செய்யும் முதல் இலக்கியம், சங்க மருவிய இலக்கிய நூலான சிலப்பதிகாரம் ஆகும்.

பாலை நிலம் உருவாகும் விதத்தைச் சிலப்பதிகாரம்தான் விரித்துச் சொல்கிறது. முல்லை, குறிஞ்சி ஆகிய நிலங்கள் நீண்ட காலம் மழை பொழியாமல் காய்ந்துபோய் இருப்பின், அது பாலை நிலமாக மாறும் என்பதை

“முல்லையும் குறிஞ்சியும் முறைமையின் திரிந்து
நல்லியல்பு இழந்து நடுங்கு துயர்உறுத்துப்
பாலை என்பதோர் படிவம் கொள்ளும்”

–சிலப்பதிகாரம், காடுகாண் காதை, 64–66.

என்று இளங்கோவடிகள் சொல்கிறார்.

திரும்ப குன்றனும் ஆதனும் என்ன பேசிக்கொண்டிருக்கிறார்கள் எனப் பார்ப்போம்..

ஆதன் தன் பாட்டுக்கு முருகன் பெருமையைப் பேசிக் கொண்டிருக்கிறான்.. அதற்கு எந்த மறுமொழியும் சொல்லாமல் குன்றன் ஒருவிதமான மோன நிலையில் இருக்கின்றான். பூங்குன்றனின் உள்ளத்திலே இருக்கின்ற வாட்டத்தை முகம் வருத்தமாகக் காட்டுகிறது. அதை ஆதன் கவனிக்கிறான். கவனித்துப் பார்த்துக் கேட்கிறான்...

"என்னப்பா குன்றா? உனக்கு என்னாச்சு? அதான் மாமனுக்குக் கூட குணமாகிப் போச்சே, இப்ப ஏன் உன் முகம், வாட்டத்தைக் காட்டுதுப்பா?"

"டேய்.. என் அறிவு நண்பா..தோழா.. ஆதூ.. நான் சொல்லறதைக் கொஞ்சம் கேளேன்..."

"கரிய நிறமுடைய கடலுக்கு நடுவிலே, எட்டு நாள் வளர்பிறையாய் இருக்கின்ற திங்கள், அதாவது சந்திரன், கடலுக்கு மேலே எழுந்து வருவதை, நீ பார்த்திருக்கிறாயா..?"

"இல்லைப்பா.."

"வளர்பிறை திங்கள் வந்தால் எப்படி இருக்குமோ, அதுபோல அந்தக் கூந்தலுக்கு முன்னால் அமைந்து இருக்கின்ற நெற்றியை உடையவள் அவள்.. அவளுடைய அந்த நெற்றி புதிதாகக் காட்டிலிருந்து பிடிபட்ட ஒரு யானையைப் போல என் மனதை அப்படியே கவர்ந்துவிட்டதடா.."

"அட, என்னப்பா ஏதோ பொண்ணு பத்தி சொல்றன்னுப் புரியுது.. ஆனால் கூடவே யானையென்று சொல்ற.. ஒன்னும் விளங்கலப்பா எனக்கு..."

"ஆதூ.. புது யானையைப் பிடிக்க வேண்டுமென்றால், ஒன்னு பழகிய யானையை வைத்துப் பிடிப்பார்கள். அல்லது தானாக வந்து விழ வேண்டும் என்று சொன்னால் அதற்கென்று ஒரு குழி வெட்டி இருப்பார்கள். அந்தக் குழியிலே அந்த யானை விழுந்துவிடும். பிறகு பழகிய யானையை வைத்து அந்த யானையைக் கொண்டுவருவார்கள்.

பிடிபட்ட யானை என்ன தவிப்பு தவிக்குமோ? ஏன்னா, காட்டிலே இருந்த வாழ்க்கை வேறு. புதிய வாழ்க்கை வேறு அல்லவா. அந்த யானை என்ன தவிப்பு தவிக்குமோ அதுபோல நான் தவிக்கின்றேன் டா..

நான் இதற்கு முன்னாலே இப்படி ஒரு பெண்ணைப் பார்க்கவுமில்லை. என் உள்ளம் எந்தப் பெண்ணையும் கவரவும் இல்லை. ஆனால், இந்தப் பெண் என்னைக் கவர்ந்து விட்டாளடா ஆதூ..”

அட இந்தப் பயப்புள்ள இதற்குத்தான் என்னை அறிவு நண்பா.. தோழா என்று எல்லாம் கொஞ்சினானா..! காதலிலே தொபுகடீரென விழுந்துட்டான் போல.. இல்ல.. இல்ல.. அந்தப் பொண்ணு நெற்றியில் இல்ல விழுந்துட்டான் பயப்புள்ள.. என நினைக்கின்றான் ஆதன்.

அட, குன்றன் மட்டுமா அந்தக் காலத்திலே குழலியை நினைத்து உருகினான். இப்பக் கொஞ்சமே கொஞ்ச வருடம், அதாவது ஒரு 24 வருடங்களுக்கு முன்னால்கூட ஓர் அழகான, முழுநிலா போலப் பிரகாசமாக, எப்பொழுதும் சிரித்த முகமாக இருக்கின்ற என்னைப் பார்த்து(ஹீ ஹீ..நிசமாகத்தான்..) ஓயாமல் என் நினைப்பாகவே இருந்து, மனசைப் பறிகொடுத்திட்டதாக அமெரிக்காவிலிருந்த என் கணவர் கூட அவங்க நண்பர் கிட்ட கவிஞர். கண்ணதாசன் அவர்களின்

“பொன் ஒன்று
கண்டேன் பெண் அங்கு
இல்லை” என்ற பாடலில் வரும்
“துள்ளி வரும்
வெள்ளி நிலா துள்ளி
வரும் வெள்ளி நிலா”

–கவிஞர். கண்ணதாசன், படித்தால் மட்டும் போதுமா.

வரிகளை அடிக்கடி பாடி, எப்போ இந்தியா போய் ப்ரியாவைப் பார்ப்பேனோ...? எனக் குட்டி போட்ட பூனை போலத் தவிப்பாராம் என்ற செய்தி என் காதுக்கு வந்தது.

இதிலிருந்து, எந்தக் காலமானாலும் மனத்துக்குப் பிடித்த பெண்களை வர்ணிக்காத ஆண்களே இல்லை எனச் சொல்லாம்.

இந்த நிலைமையைத்தான் சங்கப் புலவர் கோப்பெருஞ்சோழன் குறுந்தொகைப் பாடல் 129இல் குறிஞ்சித் திணையில் தலைவன் கூற்றாகப் பாடியிருக்கிறார்.

“எலுவ! சிறாஅர் ஏமுறு நண்ப!
புலவர் தோழ! கேளாய் அத்தை

மாக்கடல் நடுவண்,எண்நாள் பக்கத்துப்
பசுவெண் திங்கள் தோன்றியாங்கு,
கதுப்பு அயல் விளங்கும் சிறுநுதல்,
புதுக்கோள் யானையில் பிணித்தற்றால் எம்மே."
—கோப்பெருஞ்சோழன், குறுந்தொகை 129.

இந்தப் பாடலின் கூற்று தலைமகன் பாங்கற்கு உரைத்தது. அதாவது, தலைவன் வருத்தமாக இருந்தான். அதைக் கண்ட தோழன், "உனக்கு என்ன ஆயிற்று? ஏன் வருத்தமாக இருக்கிறாய்?" என்று தலைவனைக் கேட்கிறான். இப்பாடல் தலைவனின் மறுமொழியாக அமைந்துள்ளது.

தோழா! இளைஞர்களுக்கு ஆதரவளிக்கும் நண்பா! அறிஞர்களின் தோழா! நான் சொல்லுவதைக் கேட்பாயாக! கரிய கடலின் நடுவே, எட்டாம் நாள் பக்கத்தில், இளமையான பிறைமதி தோன்றியதைப் போல், ஒரு பெண்ணின் கூந்தலுக்கு அருகில் விளங்கும் சிறிய நெற்றி, புதிதாகப் பிடிக்கப்பட்ட யானையைப் போல் என்னைக் கட்டிப் போட்டுவிட்டது.

இந்தப் பாடலில் கூந்தலுக்குக் கடலும் நெற்றிக்குத் திங்களும் உவமைகள். காட்டில் யானையைப் பிடிப்பவர்கள், யானை குழிக்குள்ளே சிக்கிக்கொண்டதும் அது தம் பிடியிலிருந்து தப்பிப் போகாதவாறு கட்டிப்போடுவர். அதனால், யானை தன் வலிமையும் ஆற்றலும் இழந்து கட்டுப்பட்டுக் கிடக்கும். அதுபோல், தலைவியின் நெற்றி தலைவனைத் தன்பால் பிணித்தது.

சரி இப்ப கதைக்கு வருவோம். பூங்குன்றனின் வாட்டத்தைக் கண்டு ஆதன் கவலைப்படுகிறான். ஆதனின் மனத்தில் நிறையக் கேள்விகள் எழுகின்றன.

ஆறுதல் சொல்லப் போகிறானா? காதலுக்கு ஆதரவு அளிக்கப்போகிறானா.. இல்லையா? என்ன கேள்விகள்..?

3 - யாயும் ஞாயும் யாராகியரோ?

பூங்குன்றன் இதுபோல எந்தப் பெண்ணைப் பற்றியும் இதுவரை இப்படிப் பேசியதே இல்லை. அவனது காதல் உணர்வுகளை மிகச்சரியாகப் புரிந்துகொண்டான் ஆதன்.

"குன்றா, இனிமே மாமனுக்கு நமது தேவை அவசியமில்லைப்பா. உடனே இங்கிருந்து கிளம்பி நம்ம ஊருக்கு போகலாம்பா.." என்றான் ஆதன்

"ஆதா.." ஆரத்தழுவினான் குன்றன்.

அன்றே, இருவரும் தங்களது மலைக் கிராமமான வந்திகை மலை நோக்கிப் பயணம் செய்து விரைவில் ஊர் வந்தடைகிறார்கள்.

வந்தவுடனே குன்றன், இரணிய முட்டத்தில் குழலி அடிக்கடி வரும் பூஞ்சோலையில் இருப்பாளோ.. அவளைப் பார்க்கலாமோ என்ற உந்துதலில் சோலைக்கு வருகிறான்.

இறையருள் இல்லாமல் எந்தச் செயலும் நடக்காது என்பது தமிழருடைய நம்பிக்கை. அதைத்தான் சங்கம் மருவிய நூலான சீவக சிந்தாமணியில்

"பரவை வெண் திரை வடகடல் படு நுகத் துளையில்
திரை செய் தென் கடல் இட்டதோர் நோன் கழி சிவணி
அரச அத்துளை அகவயிற் செறிந்தென அரிதால்
பெரிய மோனிகள் பிழைத்து இவண் மாநிடம் பெறலே"
      – சீவக சிந்தாமணி, 2749.

என்றும்,

"வடகடலிட்ட ஒரு நுகத்தின் ஒரு துளையில் தென்கடலிட்ட ஒரு கழி சென்று கோத்தாற் போல"

      – இறையனார் அகப்பொருள்.

ஆகிய நூல்கள் சொல்கின்றன. அதாவது, வட கடலில் நுகத் துளையோடு கூடிய ஒரு கழி தண்ணீரில் மிதந்து செல்கிறது. தென் கடலில் மற்றொரு கழி மிதந்து செல்கிறது. இந்த இரண்டும் ஒன்றை ஒன்று சந்திப்பது மிக மிக அரிது. அப்படியே சந்தித்தாலும் அவ்விரண்டு துளைகளிலும் ஒரு கோல் நுழைவது அரிதினும் அரிது. இந்த இரண்டு கழிகளும் ஒன்றை ஒன்று சந்தித்து ஒரு கோல் நுழைந்துவிட்டால் அது எவ்வளவு பெரிய அதிசயம் ஆகும்? அப்படித் தான் தெய்வவசத்தினாலே, விதிவசத்தினாலே பூங்குன்றனும் பூங்குழலியும் அன்று சந்திக்க நேர்கிறது.

குன்றனின் கணிப்பு சரியாக இருந்தது. குழலியும், அந்தி மாலைப் பொழுதில் ஆதனியைக் கூட அழைக்காமல் தனியாகப் பூங்காவில் இருக்கும் மரத்தடியில் அமர்ந்திருக்கிறாள். முன் போல மழையும் இல்லாமல் பூஞ்சோலை வறண்டு கிடக்கிறது. இவளது மனமும் வறட்சியாய் எதையோ எதிர்பார்த்து..

ஆனால் அன்று திடீரென நாகணவாய்ப்புள் வண்ணத்தில் மேகங்கள் திரண்டு, எந்த நேரமும் மழை பொழியும் அறிகுறிகள்.

ஏதோ .. பலத்த யோசனையில் அவள்

அவள் முன் சென்று, குழலி... அழைக்கிறான்.

ஆழ்ந்த பெருமூச்சு விடுகிறாள்.. இமை சிமிட்டாமல் பார்க்கிறாள்..

மீண்டும் காற்றினும் மென்மையாய்க் குழலி.. என்கிறான்..

திடுக்கிட்டு விழித்த குழலி.. குன்றனின் கண்களைப் பார்க்கிறாள்.. கண்ணிமைக்கும் நொடிக்குள், அவர்கள் காதல் வயப்பட்டுவிட்டார்கள் அக்கணத்தில்..

அட, இதெப்படி சாத்தியம் ஆயிற்று..

அதான்.. ஆதனி, குழலி கிட்ட அடிக்கடி குன்றனைப் பற்றியே பேச பேச, குழலிக்கும் குன்றன் மேலே காதல் மெல்ல அரும்பி, வேகமாக இதயம் முழுதும் உயிர்வளியாய் பரவிப் பல நாட்கள் ஆகிவிட்டது.. அதனால் இன்று பார்த்தவுடனே அவன் பால் இருக்கும் காதல் உறுதிப்பட்டுவிட்டது.

கோபமும், வருத்தமாகவும் கேட்கிறாள்.. 'ஏன் இத்தனை நாள் வரவில்லை..?' அவனும் எங்கு இருந்தான் என்ற தகவல்களைப் பகிர்கிறான்.

"சரி குழலி.. மழை வராப்பல இருக்கு.. நாம கிளம்பலாம்.. உனக்கு நேரமாச்சு.."

"குன்றா.. குரல் பிசிற, அழுகை உந்த, மூக்கு விடைக்க.. திரும்ப என்னை விட்டு எங்க போகப்போற..?"

"குழலி, நான் சொல்லறத கேளு முதல்ல.. அழாதே மா..

என் தாயும் உன் தாயும் பழக்கம் கொண்டவர்களா? ஏதாவது அவங்களுக்குள்ள உறவா?...இல்லையே..!

என் தந்தையும் உன் தந்தையும் எம்முறையில் உறவானாங்க?

நீ எனக்கு அத்தை மகளா இல்லை மாமன் மகளா?

எந்த சொந்தத்தின் வழியாக நீயும் நானும் ஒருவரை ஒருவர் அறிந்து கொண்டோம்?

ஆனாலும் பார்த்த மாத்திரத்தில் நமக்குப் பிடிச்சுப்போய் காதல் வந்துவிட்டதல்லவா.. வருந்தாதே.."

அப்பவும் குழலியின் முகம் பெரும் கலக்கத்தைக் காட்டுகிறது.. 'அச்சோ.. எப்படி டா இவளுக்கு என் அன்பைப் புரிய வைக்க..' என்று நினைக்கிறான் குன்றன்.

அப்பொழுது, வான் மதகு திறந்து கொட்டுகிறது. அங்குப் பார்த்தால் செம்புலம். செம்புலம் என்றால் பாலைநிலம். மழையறியாத அல்லது மழைகுறை நிலமான குறிஞ்சியோ, முல்லையோ மழையை எதிர்நோக்கிக் காத்திருக்கும் நிலம் என்ற பொருள்.

அதைப் பார்த்து..

"அட.. குழலி.. வானமும் பூமியும் யார் யாரோ? மேகமும் காடும் எம்முறையில் உறவு? நீருக்கும் நிறத்துக்கும் எப்படி அறிமுகம்? குழலி.. இங்க பொழியும் மழையைக் கொஞ்சம் பாரேன்.

இந்தச் செம்புலத்தில் பெய்த மழை நீர், இம்மண்ணோடு ஒன்று கலந்து எப்படி ஆறாக ஓடுதோ, அது போல அன்பினால் நம் நெஞ்சங்களும் ஒன்று கலந்துவிட்டன.

மண்ணோடு கலந்த நீரை எப்படிப் பிரிக்க முடியாதோ, எப்படி இந்நிலமும் மழையும் கலந்துறவாடி மகிழ்கிறதோ அதுபோல நெஞ்சம் ஒன்று கலந்த நம் அன்பும் என்றும் பிரியாது.." எனச் சொல்லிக் குழலியைத் தேற்றுகிறான் குன்றன்.

எப்படி இவர்கள் காதல், பூஞ்சோலையில் பார்த்துக் கைகூடியதோ அன்று, அது போல, என் நண்பர்கள் சுகன்யா, ரமித்தின் காதலும் கைக்கூடியது இன்று.

சென்னை கூடுவாஞ்சேரியில், என் தோழி சுகன்யாவை, கூட வேலை பார்த்த ரமித் விரும்ப ஆரம்பித்து இருந்தான். அதனை எதாவது ஒரு விதத்தில் தெரியப்படுத்திக்கொண்டும் இருந்தான். அவர்கள் காதலுக்கு மதம் ஒரு தடையாக இருக்க சுகன்யாவும் தன் மனதில் இருப்பதைக் காட்டிக்கொள்ளப் பயந்தாள். ரமித்தின் மனமோ சோகத்தில். இருந்தாலும் மெல்ல மெல்ல ரமித்தின் நற்பண்புகளில் சுகன்யா மனம் அவன் மேல் சாய ஆரம்பித்தது.

இப்படியிருக்க, ஒரு நாள் தேநீர் இடைவெளியின் போது,

"அண்ணலும் நோக்கினான். அவளும் நோக்கினாள்" போல விழியோடு விழி பேச..

காதலைக் கணினி வேகத்தில் கடத்திவிட்டான் ரமித். அப்பொழுது சில்லென்ற காதல்ல்ல்... அவனது வறண்ட மனதுக்கு மகிழ்ச்சியைப் பாய்ச்ச, 'சொல்லிட்டாளே.... அவ காதல...' பாட ஆரம்பித்துவிட்டான்.

இந்தக் காதல் அனுபவத்தை சுகன்யா என்னிடம் பகிர்ந்தபொழுது, 'செம்புலப் பெயல் நீர்' போல அவர்களுடைய மனங்களும் கலந்து விட்டதாகவே எனக்குத் தோன்றியது.

இவ்வளவு உச்சமான காதலைக் கொண்டாடிடும் சூழலைத்தான் குறுந்தொகை 40 ஆவது பாடலில், குறிஞ்சித் திணையில் தலைவன் கூற்றாய், வெகு அழகாகச் சொல்லி இருக்கிறார் சங்கப் புலவர் செம்புலப் பெயனீரார். இப்பாடலை இயற்றியவரின் இயற்பெயர் தெரியவில்லை. ஆனால், இப்பாடலில், 'செம்புலப் பெயல் நீர்' என்ற அருமையான உவமையை இவர் பயன்படுத்தியதால் இவர் இப்பெயர் பெற்றார் என்று கருதப்படுகிறது. அந்தப் பாடல் ..

"யாயும் ஞாயும் யாரா கியரோ
எந்தையும் நுந்தையும் எம்முறைக் கேளிர்
யானும் நீயும் எவ்வழி யறிதும்
செம்புலப் பெயனீர் போல
அன்புடை நெஞ்சம் தாங்கலந் தனவே."

–செம்புலப் பெயனீரார், குறுந்தொகை 40.

இந்தப் பாடலின் பிண்ணனி என்னவென்றால், ஓர் ஆடவனும் பெண்ணும் தற்செயலாகச் சந்தித்தார்கள். முதல் சந்திப்புக்குப் பிறகு, அவர்கள் பலமுறை மீண்டும் சந்தித்துக் கருத்தொருமித்துப்

பிரியா பாஸ்கரன் | 23

பழகினார்கள். தங்களுடைய காதல் தொடருமா அல்லது தன் தலைவன் தன்னைவிட்டுப் பிரிந்து சென்றுவிடுவானோ என்று காதலி கவலைப்படுகிறாள். “எவ்விதமான உறவும் இல்லாத நாம் நெருங்கிப் பழகுகிறோம். நம்முடைய நெஞ்சங்கள் ஒருமித்தன. நாம் பிரிய மாட்டோம்” என்று உறுதி கூறித் தலைவன் அவளுக்கு ஆறுதல் கூறுகிறான்.

என்னுடைய தாயும் உன்னுடைய தாயும், ஒருவருக்கொருவர் எத்தகைய உறவினர்? என்னுடைய தந்தையும், உன்னுடைய தந்தையும் எந்த முறையில் உறவினர்? நானும் நீயும் ஒருவரையொருவர் எவ்வாறு முன்பு அறிந்தோம்? ஆனால் செம்மண் நிலத்தில் பெய்த மழைநீர் அம்மண்ணோடு கலந்து அதன் தன்மையை அடைவதைப்போல், அன்புடைய நம் நெஞ்சங்கள் தாமாகவே ஒன்றுபட்டன. நாம் ஒருவரையொருவர் விட்டுப் பிரிய மாட்டோம்.

“யாய், ஞாய், தாய்”ஆகிய சொற்கள் முறையே ”என் தாய், உன் தாய், அவர் தாய்” என்பவற்றைக் குறிக்கின்றன. அதுபோல், ”எந்தை, நுந்தை, உந்தை” என்ற சொற்கள் ”என் தந்தை, உன் தந்தை, அவர் தந்தை” என்பவற்றைக் குறிக்கின்றன.

எத்தனை காலமானாலும் சங்கப் பாடல்கள் கவிஞர்.களைக் கட்டி இழுத்துவிடுகிறது என்பது சிறப்பு.

கவிஞர். கண்ணதாசன் இப்பாடலின் தாக்கத்தில், ‘நேற்று வரை நீ யாரோ? நான் யாரோ?’ என்ற பாடலை ‘வாழ்க்கைப் படகு’ படத்திலும், கவிஞர். வைரமுத்து கிட்டதட்ட இப்பாடலை, அப்படியே முழு வரிகளோடு ‘இருவர்’ திரைப்படத்தில் ‘நறுமுகையே’ பாடலின் இரண்டாம் சரணத்திலும் பயன்படுத்தி இருக்கின்றனர்.

அதுமட்டுமல்ல, இப்பாடல் உலகின் மிகச்சிறந்த பாடல் வரிசையில் லண்டன் சுரங்கப் பாதையில் ஓடும் ரயிலில் திரு.ராமானுசம் அவர்களது ஆங்கில மொழிபெயர்ப்புடன் எழுதி வைக்கப்பட்டுள்ளது என்பது சிறப்பு.

சரி.. திரும்பவும் பூஞ்சோலைக்கு வருவோம்..

குழலி சமாதானம் அடைந்தாளா..? அவள் முகத்தில் சிரிப்பை வரவைத்தானா? குன்றன் என்ன செய்யப்போகிறான்..

4 - நின் நல் அகம்...!

குன்றன், குழலியிடம் நிதமும் மாலையில் உன்னை இதே பூங்காவில் சந்திக்கிறேன் என உறுதி கொடுத்துவிட்டு அவளது அதரத்தில் குறுஞ்சிரிப்பு மலர்வதைப் பார்த்துவிட்ட பிறகே இருவரும், அவரவர் வீட்டுக்குச் சென்றனர்.

குன்றனும் தான் சொன்ன சொல்லை, எப்படி மாலை மறைந்த சூரியன் மீண்டும் காலை உறுதியாக உதிக்கிறதோ அதுபோல தினமும் குழலியைச் சந்திக்கிறான் பூஞ்சோலையில். இப்படியே இவர்கள் இருவரும் களவொழுக்கத்தில் பல நாள்கள் சந்திக்கின்றனர்.

சங்க காலத்திலும் அதற்கு முன்பும், அன்பு கலந்த இரு நெஞ்சங்கள், அதாவது திருமணமாகாத ஆணும் பெண்ணும் ஓரிடத்தில் சந்தித்து, தங்கள் பெற்றோர்களுக்குத் தெரியாமல் காதல்கொள்வது களவொழுக்கம் என்று அழைக்கப்பட்டது. பெற்றோரின் சம்மதத்தோடு அவர்கள் திருமணம் செய்துகொண்டு, கணவன் மனைவியாகக் குடும்ப வாழ்க்கை நடத்துவது கற்பொழுக்கம் என்று அழைக்கப்பட்டது.

இவ்வாறாக அவர்கள் தொடர்ந்து சந்திக்கும் பொழுது குன்றனும், குழலியும் இயற்கைப் புணர்ச்சியில் ஈடுபடுகிறார்கள்.

இயற்கைப் புணர்ச்சி என்றால் முதன் முதலாகத் தலைவனும் தலைவியும் தாமே கண்டு கூடுவது.

இன்னும் எவ்வளவு நாள்தான் வயதுப் பெண்ணாகிய குழலியும், வீட்டில் பொய் உரைத்துவிட்டு குன்றனைச் சந்திக்க வர இயலும்..?

இப்படிப்பட்ட சூழலில் குன்றனுக்கும், குழலிக்கும் களவொழுக்கத்திலிருந்து கற்பொழுக்கத்துக்கு மாற வேண்டும் என்ற எண்ணம் உண்டாகிறது. அப்பொழுது குழலி..

“குன்றா, அம்மாவிடம் அன்றாடம் ஏதோ காரணம் சொல்லிவிட்டு உன்னைச் சந்திக்க வருவது பெரும் பாடாக இருக்கிறது.. உன்னைப் பார்க்காமலிருந்தாலும், எனது இருதயமே வெடித்துச் சிதறிவிடும் போல..”

“என்ன தான் செய்வது… நீயே சொல்லேன் …”

“குழலி, நீ சொல்வதும் சரிதான்.. நாம் திருமணம் செய்து கொள்வோமா..? ஆம், அதுதான் சரி… நான் சென்று நமக்குத் திருமணம் செய்துகொள்ள ஏற்பாடுகளைச் செய்கிறேன். அதனால் சில நாள்கள் உன்னைப் பிரிந்து இருக்க வேண்டிய சூழல் வரலாம்”

அப்படிக் குன்றன் சொன்னவுடனே குழலியின் முகம் வாட்டமாகிறது. அவள் மனத்தில் ஓராயிரம் எண்ணங்கள் ஒன்று கூடி நிந்திக்கின்றன.

“அடடா இப்போதுதான் பல இடர்களைக் கடந்து ஒன்று கூடிச் சந்திக்கிறோம்.. அதற்குள் இப்படிச் சொல்கிறானே..”

“இவன் பிரிந்து போனால் வருவானோ..? மாட்டானோ..?”

அப்படி ஐயங்கள் ஏற்படுமாறு குழலியின் முகம் பல இரசங்களைப் பிரதிபலிக்கின்றது.

அதை உணர்ந்த பூங்குன்றன்... செம்புலப் பெயல் நீர்போல கலந்த அன்புடன், மனத்தோடு மனம் சேர்த்து வார்த்தைகளைக் கோத்து, தமிழகப் பண்பாட்டில் இருக்கின்ற அறத்தைக் குழலிக்கு எடுத்துரைக்கிறான். அதற்கு அவளும் ஒற்றை ‘ம்’ இல் பதிலளிக்கிறாள்..

குழலி, “நான் குறிஞ்சி நில நாடன்…”

“ம்…”

“தினம் தினம் ஈதல் எனது அறமாகும் என்பது உனக்குத் தெரியும்தானே..”

“ம்...”

“அதனை நான் சிறப்புடன் செய்வதை நீ அறிவாய்தானே..?”

“ம்...”

“கண்ணே குழலி, அதற்கு நான் பொருள் தேடச் செல்ல வேண்டிய அவசியத்துக்கும், நமது திருமணத்துக்கு வேண்டிய ஏற்பாடுகளைச் செய்யவதற்கும் சென்றுதானே ஆகவேண்டும்..?”

“ம்...”

"ஏய்.. குழலி..மென்மைத் தன்மையையுடைய பெண்ணே...
உன்னுடைய நல்ல நெஞ்சம் தனிமையால் வருந்த, நீ புலம்பும்படி
உன்னை விட்டுப் பிரிந்து அங்கேயே இருந்துவிட மாட்டேன்.."

"ம்..."

"இரவலர் பலர் என்னை நாடி வரவேண்டும். அவர்களுக்கு நான்
வழங்கிக்கொண்டே இருக்கவேண்டும்."

"ம்..."

"அதற்காகத்தான் பொருளீட்டச் செல்கிறேன்"

"ம்..."

"உன்னைப் பிரிந்திருப்பேன் ஆயின் என்னிடம் இரவலர்
வாராதிருக்கும் நாள் பலவாகட்டும்."

"ம்..."

"குழலி, அதனால், நான் உன்னைவிட்டு எப்பொழுதும் பிரிய
மாட்டேன்..."

இதற்கு மறுமொழி 'ம்' எனச் சொல்லாமல், கண்மடலோரம்
தேங்கிய நீரின் விழிகளை உயர்த்திக் குன்றனை வினா தொக்கப்
பார்க்கிறாள் குழலி...

அப்பொழுதுதான் குழலி பிரிவு என்ற ஒன்று இருப்பதாகவே
உணர்கிறாள்.

சரி, மக்களுக்கு ஈவது மட்டுமா ஈதல்..? பல்லுயிர்களுக்கும் ஈவது
ஈதலே.

இக்காலத்திலும், ஈதலின் சிறப்பைக் குழந்தைகளுக்கும் போதிப்பது
சாலச் சிறந்தது..

எங்கள் வீட்டுத்தோட்டத்தில் தினம் எங்கள் பிள்ளைகளும்
நாங்களும் பறவைக்குத் தீவனமும், சிறிய பாத்திரத்தில் நீரும்
வைப்போம்.

அவற்றில் அணில்களும், குருவிகளும், காக்கைகளும் வந்து
கொத்திகொத்தி உண்டும், தாகம் தீர்க்க நீர் உறிஞ்சியும், வெப்புள்
காலத்தில் முகம் பதித்துத் தலை சிலும்பும் காட்சிகளைக் காண்பதில்
பேரானந்தமும், பிள்ளைகளுக்கு ஈதலின் சிறப்பையும், நமது
கலாச்சாரத்தின் அறத்தையும், வட அமெரிக்காவில் பிறந்து வளர்ந்த
பிள்ளைகளுக்குக் கற்றுக் கொடுத்த மன நிம்மதியும், நமது
இலக்கியங்களின் மூலம் நமது முன்னோர்களும் சான்றோர்களும்

எப்படிப்பட்ட வாழ்க்கையை வாழ்ந்து இருக்கிறார்கள் என்பதை அறிந்ததில் பெருமிதமும் கொள்கிறேன்.

அறம் என்றால் என்ன என்பதை அனைவரும் அறியும்படி, எக்காலத்திலும் நிலைத்து நிற்கின்ற அற்புதமான அறச் செய்தியைத்தான் குறுந்தொகை 137 ஆவது பாடலில், பாலைத் திணையில், சங்க காலப் புலவர் பாலை பாடிய பெருங்கடுங்கோ சொல்லி இருக்கிறார். அந்தப் பாடல்..

"மெல்லியல் அரிவைநின் னல்லகம் புலம்ப
நிற்றுறந் தமைகுவெ னாயின் எற்றுறந்
திரவலர் வாரா வைகல்
பலவா குகயான் செலவுறு தகவே."

–பாலை பாடிய பெருங்கடுங்கோ, குறுந்தொகை 137.

பாடலின் கூற்று என்னவென்றால்,

இயற்கைப் புணர்ச்சி புணர்ந்த தலைமகன் பிரிவச்சம் உரைத்தது.

ஒருநாள் தலைவியை இயற்கையாகத் தலைவன் சந்தித்தான். இருவரும் ஒருவரை ஒருவர் மிகவும் காதலிக்க ஆரம்பித்தார்கள். பின்னர், ஒரு நாள் தலைவன் தலைவியை நோக்கி, "நான் உன்னைவிட்டு எப்பொழுதும் பிரிய மாட்டேன்" என்று கூறினான். அப்பொழுதுதான் தலைவி பிரிவு என்ற ஒன்று இருப்பதாக உணர்ந்தாள்.

மென்மைத் தன்மையையுடைய பெண்ணே! உன்னுடைய நல்ல நெஞ்சம் தனிமையால் வருந்த, உன்னைப் பிரிந்து சென்று, சென்ற இடத்தே மனம்பொருந்தி இருப்பேனாயின், நான் அங்ஙனம் பிரிந்துசென்றதால், என்னிடம் இரப்போர் வாராத நாட்கள் பலவாகுக!

பிரிவுத் துன்பத்தைத் தாங்க முடியாதவள் என்பதால் அவளை 'மெல்லியல் அரிவை' என்றான். அவளோடு பழகியதால் அவளுடைய நல்ல உள்ளத்தை அவன் அறிந்திருந்தான். ஆகவே, 'நின் நல் அகம்' என்றான். இரப்போர்க்கு ஈவது மிகவும் சிறந்த அறச்செயலாகச் சங்க காலத்தில் கருதப்பட்டது. தலைவியைப் பிரிந்தால் இரப்பவர்கள் அவனிடம் வராமல் இருப்பார்கள். ஆகவே, அவளைப் பிரிந்தால் ஈகையாகிய அறச் செயலைச் செய்யும் வாய்ப்பைத் தான் இழந்து விடுவதாகத் தலைவன் கருதினான். அதனால், அவளைப் பிரிய மாட்டேன் என்று அவன் சூளுரைக்கிறான்.

இங்கு நாம் நினைவு கூற வேண்டியது என்னவென்றால், "ஈதலில்லா நாள் நன்னாளன்று என்பது அறமாகும்" என்பதைப் பல இலக்கியங்கள் கூறுகின்றன.

புறநானூற்றில் கூட பாண்டியன் தலையாலங்கானத்துச் செரு வென்ற நெடுஞ்செழியன் என்ற பாண்டிய மன்னன், "தான்போரில் வெற்றிபெறாவிட்டால், என்னால் காப்பாற்றப்படுபவர் துயரம் மிகுந்து என்னிடம் இரக்கும்பொழுது அவர்கட்கு ஈகை செய்ய இயலாத வறுமையை நான் அடைவேனாகுக" என்று சூளுரைத்ததாகக் கூறப்பட்டிருப்பது இங்கு நினைவுகூரத்தக்கது.

"புரப்போர் புன்கண் கூர,
இரப்போர்க்கு ஈயா இன்மை யான் உறவே."

–பாண்டியன் தலையாலங்கானத்துச் செருவென்ற நெடுஞ்செழியன்,
புறநானூறு 72

மேலும் சங்கம் மருவிய நூலான நாலாடியாரில்

"ஒல்வ, கொடாஅ தொழிந்த பகலு முரைப்பிற்
படாஅவாம் பண்புடையார் கண்."

–நாலடியார் 169.

என்ற வரிகள், தன்னால் முடிந்ததைப் பிறருக்குக் கொடுக்காத நாள் இல்லை என்பதை வலியுறுத்துகிறது.

இரப்போரைக் காணாமலும், இரப்போர்க்கு ஈயாமலும் இருக்கும் நாள் கெட்ட நாளென்பது கருதி வஞ்சினங் கூறுவோர் இங்ஙனம் குறிப்பது மரபாகும் என்பதை அறிவுறுத்தும் பல செய்திகள் சங்க இலக்கியங்களிலும், சங்க மருவிய நூல்களிலும், ஏன் கம்பராமாயணத்திலும் கூடப் பதிவு செய்யப்பட்டுள்ளன. இவற்றிலிருந்து அறத்தின் முக்கியதுவத்தை நாம் அறிந்துகொண்டோம்.

ஆனால் பூங்குழலி..?

இப்பொழுது பூஞ்சோலையில், குழலி, குன்றன் சொன்ன அறத்தைப் பற்றிப் புரிந்துகொண்டாளா...?

குன்றனைப் பிரிந்திருக்க மனத்தைத் தயார் செய்து கொண்டாளா...?

குழலியின் கண்களில் தேங்கிய நீரால், குன்றனின் மனம் மாறிவிட்டதா...?

5 - யான் முயங்குங்கால்..!

குன்றன், குழலியைச் சமாதானப்படுத்தியும், அவள் அழுகையுடனே விடை கொடுக்கிறாள். அவளை ஆரத்தழுவி, கனக்கும் நெஞ்சுடன் குன்றன் இரணியமுட்டத்திலிருக்கின்ற பூஞ்சோலையிலிருந்து தனது ஊரான வந்திமலை நோக்கி நடைபோடுகிறான். செல்லும் வழியெல்லாம் குழலியின் ஞாபகங்களே..

அவனது அகவெளி குழலியின் நினைவுகளை இசைமீட்டுகின்றன. அவளது கூந்தலில் முகம் பதித்து இன்புற்ற நொடிகளில் இலயித்து நிற்கின்றன.

உயிரும், உணர்வும் ஒருசேர ஈருடல் ஓருயிராய்க் களவொழுக்கத்தில் இணைந்திருந்த தன்னவளை விட்டுப் பிரிவதென்பதென்ன அத்தனை எளிதா? காதலர் தினம் படத்தில் வரும்,

"என்ன விலையழகே....
சொன்ன விலைக்கு வாங்க வருவேன்
விலை உயிர் என்றாலும் தருவேன்
இந்த அழகைக்கண்டு வியந்து போகிறேன்"

–கவிஞர். வாலி, காதலர் தினம்.

என்ற கதாநாயகன் மன நிலையில்தான் குன்றனும்..

குழலியின் அழகு, இளமை, மென்மை ஆகியவற்றை எண்ணிப் பார்த்து அவன் மகிழ்கிறான், தவிக்கிறான். அவளை எப்படிப் புகழ்வது என்று தெரியாமல் மீண்டும் அவளால் அவன் பெற்ற இன்பத்தை நினைத்துத் தனக்குத்தானே அவன் பேசிக்கொள்கிறான்.

அவளது அடர்த்தியான, எண்ணெய் தடவி வாரப்பட்ட சுருளை சுருளையான சிக்கில்லாமல் சீவி முடித்திருக்கும் கூந்தலில், சிக்குண்டு தவிக்கிறான் இக்கணத்திலும்..

பிறகு, அவளது நுதல் எப்பேர்ப்பட்ட நுதல்..? ஒள்ளீய நுதல் அதாவது ஒளிபொருந்திய நெற்றி.. கூடவே மணத்தையும் குளிர்ச்சியையும் உடையவள்.. அவளை, இத்தகைய அழகை உடையவளென அவ்வளவு எளிதாகச் சொல்லிவிட இயலாது..

அதிகம் பேசாத அவள் கூறும் சொற்களோ சின்மையையுடையன, மென்மையுடையன.. அவளை நான் தழுவும்பொழுது அவள் ஒரு பஞ்சணையைப்போல மிருதுவாக அல்லவா இருப்பாள்.. அப்படிப்பட்ட மென்மையானவளோ பிரியும் தறுவாயில் வருத்தத்தை அல்லவா தருகிறாள்.

காட்சி இன்பமும், கேள்வி இன்பமும், ஊற்றின்பமும், உயிர்ப் பின்பமும், சுவை இன்பமும் ஒருங்கே பெற்ற எனதருமை குழலியே எனது ஐம்புலன்களுக்கும் இன்பத்தை அல்லவா தருகிறாய்..

அப்படிப்பட்ட உன்னை எங்ஙனம் பிரிந்து இருப்பேன்..? என்று குழலியைச் சமாதானப்படுத்திய குன்றனின் மனம் ஏனோ தனக்குத் தானே சமாதானம் அடைய முடியாமல் புலம்ப ஆரம்பிக்கிறது.

குன்றன் எப்படிக் குழலியை அணைத்தால் பஞ்சணையைப் போல உள்ளாள் என்று நினைத்தானோ, சங்க மருவிய நூலான சீவக சிந்தாமணியில்கூடப் பெண்ணின் தோள்களைப் பஞ்சணைக்கு ஒப்பிட்டுள்ளார் திருத்தக்கதேவர்.

"மணிமகரம் வாய்போழ்ந்து வாழ்முத்த வடம் சூழ்ந்து ஆங்கு
அணிஅரக்கு ஆர் செம்பஞ்சி அணையனைய ஆடு அமைத்தோள்
துணிகதிர் வளைமுகைத் தொகுவிரல் செங்காந்தள்
மணி அரும்பு மலர் அங்கை குலிகம்ஆர் வனப்பினவே."

–சீவக சிந்தாமணி 170.

அதாவது அழகிய சுறா மீன்கள் வாய் திறந்தது போன்ற வடிவிலே செய்யப்பட்ட அணியும், அதைச் சுற்றி அணிந்த முத்துமாலைகளும் சூடிய, அசையும் மூங்கிலனைய அவளது தோள்கள், செந்நிறம் பொருந்திய செம்பஞ்சணையைப் போன்றன. தெளிந்த ஒளி வீசும் வளையணிந்த முன் கையில் குவிந்த விரல்கள் செங்காந்தளின் அழகிய அரும்பைப் போன்றன. உள்ளங்கைகள் தாமரை மலர் போன்றன. அவை சாதிலிங்கம் பொருந்திய அழகின என்று பொருள்.

காதலின் பிடியில் சிக்கிய அனைவருமே தன்னுடைய காதலியை நினைத்துத் தனிமையில் அசைபோடுவதென்பது நவீன இலக்கியத்திலும் உண்டு என்பதைச் சமீபத்தில் நான் வாசித்த கவிஞர்

தாமரைபாரதியின் "உவர்மணல் சிறுநெருஞ்சி" கவிதைத் தொகுப்பில் உள்ள கவிதையில் உணர்ந்தேன். கிட்டதட்ட குன்றனின் மனநிலையை வேறு கோணத்தில் பிரதிபலிக்கிறது "தேவதாவின் ஆனந்த நடனம்" என்ற இக்கவிதை..

"உன்
பெருந்தொடைகளிலேறி
ஊறும் மச்சப் பாம்புகளை
என்
பாடல் மகுடியினால்
படியவைக்கத் தவறியதன்
விளைவால்
விடமேறி அலைகிறாய்
தலையெங்கும்

சிசுவிழுந்த
பசுக்களின்
பிசுபிசுப்பு நினைவுகளை
வெண்சிறகேந்திய மயில்கள்
உதிர்த்த இறகுகளாய்
இறைத்துச்செல்கிறேன்

உஷா காலத்து
பிரளயத்தின் போது
ஓடமொன்றைச் செய்து வைத்தால்
நீயென்ன அதில் ஏறிவிடவா
போகிறாய்

சுதைமண் மூடிய
சாம்பல் மேடுகளில்
துளிர்த்திருக்கும்
ஊமத்தங்காயின்
முட்களாய்

எனை வருடிப் போகுமவை
என்றோ நீ தந்த முத்தங்கள்தாம்

நீரெரியும் இரவுகளில்
பாழும் காமத்தின்
மனக் கதவங்களை
மறுப்பின் நுகங்களால்
மடைமாற்றியவள்தானே நீ

உழாத நிலமதனில்
பரிதிகளின் வெடிப்புகளால்
உலர்ந்த உதடுகளில்
உமிழ்நீரையிட்டு
தாகந் தீர்த்துவிட்டுப் போயேன்

உன்னிடம்தான் இருக்கிறதே நிறைய
உய்யவும் உயிர்ப்பிக்கவும்."

–கவிஞர். தாமரைபாரதி, உவர்மணல் சிறுநெருஞ்சி.

என்னவோர் அற்புதமான உணர்வுகளைப் பிரதிபலிக்கும் கவிதை. இதே போலக் காதலியை நினைத்து உருகி மருகி உறையும் பாடலைத்தான் அன்றே குறுந்தொகை 70 ஆவது பாடலில், குறிஞ்சித் திணையில், தலைவன் கூற்றாகச் சங்க காலப் புலவர் ஓரம்போகியார் பாடி இருக்கிறார்.. அப்பாடல்..

"ஒடுங்கீர் ஓதி ஒண்ணுதற் குறுமகள்
நறுந்தண் ணீரள் ஆரணங் கினளே
இனையள் என்றவட் புனையள வறியேன்
சிலமெல் லியவே கிளவி
அணைமெல் லியள்யான் முயங்குங் காலே."

–ஓரம்போகியார், குறுந்தொகை 70.

அதாவது நெஞ்சே, அடர்த்தியான, எண்ணெய் தடவி வாரப்பட்ட கூந்தலையும், ஒளிபொருந்திய நெற்றியையும் உடைய தலைவி, மணத்தையும் குளிர்ச்சியும் உடையவள். ஆயினும், பிரிந்தகாலத்து அவள் பொறுத்தற்குரிய வருத்தத்தைத் தருபவள். அவளை, இத்தகையவள் என்று எப்படிப் புகழ்வது என்பதை நான் அறியேன். அவள் அதிகமாகப் பேசாதவள். ஆனால், அவள் கூறும் சொற்கள் மென்மையானவை. நான் அவளைத் தழுவும்பொழுது அவள் ஒரு பஞ்சணையைப்போல் மென்மையானவள்.

சங்க காலத்தில், பெண்கள் தங்கள் கூந்தலை ஐந்துவகையாக அலங்கரித்துக் கொண்டதாகவும், அந்த ஐந்து வகைகள் கொண்டை, சுருள் (அல்லது சுருளை), குழல், பனிச்சை, வார்மயிர் என்று அழைக்கப்பட்டதாகவும் கூறப்படுகிறது. இப்பாடலில், "ஒடுங்கு ஈர் ஓதி" யென்றது ஐவகைக் கூந்தற் பகுப்பில் ஒன்றாகிய சுருளை என்பதைக் குறிக்கிறது.

"ஒடுங்கு ஈர் ஓதி, ஒண்ணுதற் குறுமகள்" என்றதால் கண்ணுக்கு இன்பமும், "சில மெல்லியவே கிளவி" என்றதால் செவிக்கு இன்பமும், "அணை மெல்லியள்" என்றதால் உடலுக்கு இன்பமும், "நறுந்தண்ணீரள்" என்றதால் மூக்குக்கு இன்பமும், தலைவியிடம் தான் பெறுவதைத் தலைவன் கூறுவதாகவும், "யான் முயங்குங்கால்" என்றதால் சுவை இன்பமும் பெறுவதைக் குறிப்பால் உணர்த்தியதாகவும் உ. வே. சாமிநாத ஐயர் கூறுகிறார்.

இப்படியான குழலியின் நினைவுகளுடன் தனது ஊரான வந்திமலை நோக்கிச் செல்கிறான் குன்றன்..

இதேபோலக் குழலியும், குன்றனை நினைத்து உருகினாளா.. மருகினாளா.. இல்லை மறந்தாளா..?

6 - ஆரலும் குருகும் ஆகுமோ சாட்சி..?

காதலர்களுக்குள் பிரிவு என்பது இயல்பாக உள்ள ஒன்று. காதல் வாழ்க்கையில் காதலர்களின் ஒரு நாள் சந்திப்புக்குப்பின் மறுநாள் சந்திப்பது வரையிலும் சிறு பிரிவு ஏற்படுகிறது. திருமண வாழ்க்கையில் வெளியூர் செல்லும்பொழுது நெடுநாள் பிரிவு ஏற்படுகிறது. இப்பிரிவுகளால் மிகவும் பாதிக்கப்படுபவர் யார் என்று பார்த்தால் காதலியாக அல்லது மனைவியாகத்தான் இருப்பாள்.

அதுபோலத்தான் பூங்குன்றன், பூங்குழலியைப் பிரிந்து சென்று ஒரு வாரம் கூட இன்னும் ஆகவில்லை.. அதற்குள் என்னமோ ஒரு யுகமே போனது போல உணர்கிறாள் குழலி. மனம் கலக்கம் அடைகிறது.. வாட்டுகிறது..

"ரோஜாவைத் தாலாட்டும் தென்றல்
பொன் மேகம் நம் பந்தல்
உன் கூந்தல் என் ஊஞ்சல்
உன் வார்த்தை சங்கீதங்கள் ஹா ஆ.."

–கவிஞர். வைரமுத்து, நினைவெல்லாம் நித்யா.

எனப் பாடலில் வரும் நாயக, நாயகியின் மாலை நேரத்தையும் காதலையும் இணைக்கும் சூழ்நிலை போலத்தான், குன்றனும் குழலியும் இரணியமுட்டப் பூஞ்சோலையில் திரிந்தார்கள் ஒரு வாரம் முன்பு வரை.

இப்பொழுது பிரிவாற்றாமையைத் தாங்க இயலாமல், மனத்தைச் சற்று மட்டுப்படுத்த எண்ணிய பூங்குழலி எப்பொழுதும் செல்லும் ஆற்றங்கரையில் இருக்கும் பூஞ்சோலைக்குத் தோழி ஆதனியுடன் வருகிறாள். கடைசியாகப் பூங்குன்றனும் அவளும் சந்தித்த பூங்காவில்

உள்ள அதே மரத்தடியில் வந்து அமர்கிறார்கள் இருவரும். ஆதனியை விளிக்கிறாள் குழலி..

அடியேய் ஆதனி.. "குன்றனுக்கு என்னை விடப் பொருள் அல்லவா பெரிதாகப் போய்விட்டது.. யாராவது நேசித்தவளை விட்டு, கட்டியவளை விட்டுப் பொருள்தான் முக்கியமெனச் செல்வார்களா..?"

குழலி, "என்ன சொல்கிறாய், கட்டிக்கிட்டவளா..?

அப்பொழுதுதான் குன்றனும் தானும் களவு வாழ்வு வாழ்ந்தோம் என்பதை இன்னும் தோழியிடம் சொல்லவில்லை என உணர்கிறாள் குழலி.

அவளுக்குச் சில நாள்களுக்கு முன்பு நடந்த காட்சிகள் அகக் கண்ணுக்கு முன்னே ஓட அனைத்தையும் மறைக்காமல் ஆதனியிடம் சொல்லித் தவிக்கிறாள்.

ஆதனி, "அன்று, அந்திமாலை நேரத்தில் அவனும் நானும், இதோ.. இதே மரத்துக்குக் கீழேதான் சந்தித்துக் கலவி புரிந்தோம். அப்பொழுது, அவன் மிகவும் ஆசையோடு பேசி, நான் உன்னைக் கைவிடமாட்டேன், விரைவில் உன்னைத் திருமணம் செய்துகொள்வேன்" என்று சொன்னான்.

"அவன் உறுதியாகச் சொன்னதை நம்பி, அவனோடு கூடச் சம்மதித்தேன். அவன் என்னோடு இருந்தாங்குறதுக்கு சாட்சியா அந்தத் திருடனைத் தவிர வேறு ஒருத்தரும் இல்லையே?"

ம்ஹீம்.. எனப் பெருமூச்சு விட்டுக்கொண்டே ஆற்றங்கரையைப் பார்க்கிறாள். அங்கே, ஓடுற தண்ணீரில் வர ஆரல் மீனைச் சாப்பிட எதிர்பார்த்துக் காத்திருந்த தினைத்தாளைப் போன்ற சிறிய பசுங்கால்களையுடைய குருகு ஒன்று அவள் கண்களில் படுகிறது.

ஆதனியிடம் பேசுவதை விடுத்து, அதானே, "அட! குருகே, அன்று நீ.. நீ இருந்தாய் அல்லவா..? எங்கள் திருமணத்தைப் பார்த்தாய் அல்லவா..?" என்கிறாள் குருகிடம் குழலி..

குருகு மருந்துக்கும் கூட அவளை ஏறெடுத்துப் பார்க்கவில்லை..

மீண்டும் ஒரு ம்ஹீம்வுடன், "நீயும் கூட எங்களைப் பார்க்க வில்லையே.. நாங்கள் இருவரும் சேர்ந்திருந்த வேளையில் மீனைத்தான் பார்த்துக்கொண்டிருந்தாய்.."

"சாட்சியாகக்கூட ஒருவரும் இல்லையே" என்று மனம் குமுறுகிறது குழலிக்கு..

"சரி குருகே, பேசக்கூடிய சக்தியாவது உனக்கு இருக்குமானால் அவன் என்னிடம் சொன்ன உறுதிமொழியையாவது.. நீ கூறுவாய்..?"

"அச்சச்சோ.. அவன் சொன்னது உண்மையென்று சொல்ல இப்போது ஒரு சாட்சியும் இல்லையே.. நான் என்ன செய்வேன்?"

அவன், "அப்படி எல்லாம் எங்களுக்குள் ஒன்றும் நிகழவில்லை என்று பொய் சொன்னால், நான் என்ன செய்ய முடியும்?"

ஆரல் மீனைத் தின்னும் குருகு போலத்தான் இருக்கிறது என் கதியும் என்று தன் மனசுக்குள் ஓர் இனம் புரியாத ஏக்கத்தோடு, பயமும் சேர்த்துகொள்ள ஆதனியிடம் புலம்புகிறாள் குழலி.

"ஆதனி, குன்றன் எங்கள் திருமணம் விரைவில் நடைபெற வேண்டும் என்றல்லவா என்னை அம்போ என விட்டுவிட்டுச் சென்றுவிட்டான்.." எனத் தவிக்கிறாள் நீரிலிருந்து விழுந்த மீனைப் போல..

குழலியின் தவிப்பைப் போக்க ஆதனியும்..

"இங்கப் பாரேன் குழலி, பக்கத்து வீட்டுப் பாரிஜாதம் அக்காவின் கணவர் கல்வி கற்கவும், எதிர் வீட்டுப் பெரியம்மா பெண்ணின் கணவர் அரசன் கட்டளைக்கிணங்க நாடு காக்கும் பணிக்காகவும், தோழி செவத்தியின் கணவர் பொதிகை மலையின் அரசனிடம் தூதாகவும், இப்படித் தத்தம் மனைவியைப் பிரிந்து போய் இருக்கிறார்களே.. இவர்கள் எல்லாம் உன் ஞாபகத்துக்கு வரவில்லையா..?"

"ஆங்.. இருக்குடி ஆதனி.. அட நமது கோடி வீட்டுக் குமாரியின் புருஷன் கூட ஆறு மாசம் முன்னாடி வியாபாரம் செய்யப் போனதாகப் பேசிக்கிட்டாங்களே..."

"ஆத்தாடி குழலி, உன் மாமன் மகள் விழியரசியின் புருஷனும் பக்கத்து மலையில் புதிதாகக் குடிவந்திருக்கும் ஆட்டக்காரியுடன் போய்த் தங்கிட்டானே.." ஆதனி பேச்சு வாக்கில் சொல்ல, குழலி திடுக்கிடுகிறாள்.

உடனே, "நீ சொல்வதெல்லாம் சரிதான் ஆதனி, இவர்கள் அனைவருமே கற்பு வாழ்வில், அதாவது திருமண வாழ்வில் உள்ளவர்கள். ஆனால் நாங்களோ களவு வாழ்வில் அல்லவா வாழ்ந்து கொண்டிருந்தோம்" என விசனப்படுகிறாள் குழலி.

அதாவது கற்பு வாழ்க்கை வாழும் காலத்தே தலைவன் தலைவியைப் பிரிந்து மேற்கொள்ளும் பிரிவுகள் ஆறு வகைப்படும். அவை

பிரியா பாஸ்கரன் | 37

பரத்தையிற் பிரிவு, கல்விவயின் பிரிவு, காவல் பிரிவு, தூதிற் பிரிவு, துணைவயின் பிரிவு, பொருள்வயின் பிரிவு.

தலைவன் பரத்தையிடம் விருப்பம் கொண்டு தலைவியைப் பிரிந்து பரத்தையர் வாழும் பகுதிக்குச் செல்லுதல் பரத்தையிற் பிரிவு என்றும், தலைவன் கல்வி கற்றலின் காரணமாகத் தலைவியைப் பிரிந்து செல்லுதல் கல்விவயின் பிரிவு என்றும், பாதுகாத்தல் தொழிலை மேற்கொள்ள வேண்டித் தலைவன் தலைவியைப் பிரிந்து செல்வது காவல் பிரிவு என்றும், அரசர் இருவர் தம்முள் வேறுபட்டுப் பகை கொண்டு போரிட எண்ணிய சூழலில் அவ்விருவரிடையே பகை நீங்குவதற்காகத் தலைவன் தூது செல்லுதல் தூதிற் பிரிவு என்றும், ஓர் அரசனுக்குப் பகைவர்களால் இடையூறு நேர்ந்த வழி அதனைப் போக்குவதற்குத் துணைபுரியும் நோக்குடன் தலைவன் மேற்கொள்ளும் பிரிவு துணைவயின் பிரிவு என்றும், தலைவன் தன் இல்லற வாழ்வுக்குத் தேவைப்படும் பொருளை ஈட்டுதல் காரணமாகப் பிரியும் பிரிவு பொருள்வயின் பிரிவு என்றும் அழைக்கப்படுகிறது.

மிகுந்த அன்புகொண்டு பழகி வாழும் களவு வாழ்வின் போது நிகழும் பிரிவுகள் இருவகைப்படும். அவை ஒருவழித் தணத்தல், வரைவிடை வைத்துப் பொருள்வயின் பிரிதல்.

களவு வாழ்வை ஒரு முடிவுக்குக் கொண்டுவர ஏதுவாகத் திருமணம் புரிந்துகொள்ளுமாறு தோழி தலைவனிடம் அறிவுறுத்துவாள். அதற்கு உடன்பட்ட தலைவன் தன் ஊருக்கு ஒருவழி (முறை) போய் வருகிறேன்; பிறகு மணமுடிப்பேன் என்று கூறிச் செல்வது ஒருவழித் தணத்தல் என்றும், திருமணம் புரிந்துகொள்ள முடிவு செய்த தலைவன் அதற்கு வேண்டும் பொருள் ஈட்டுதல் காரணமாகப் பிரிதல் வரைவிடை வைத்துப் பொருள்வயின் பிரிதல் எனப்படும். வரைவு என்றால் திருமணம் என்று பொருள்.

இப்போதெல்லாம் இணைந்து வாழ்தல் (*living together*) என்று திருமணத்துக்கு முன் ஒன்றாக வசிக்கும் கலாச்சாரம் சிறிது சிறிதாகப் பரவி வருகிறது. அப்படி ஒன்றாக வாழ்ந்த பின்னர் திருமணம் செய்து கொள்ளாமல் பிரிந்தால், பெண்ணின் மனநிலை எவ்வாறு இருக்கும். ஒன்றாக வாழ்ந்தது சான்றோர் யாருக்கும் தெரியவும் தெரியாது எனில் நிலைமை இன்னும் மோசம். அதைத்தான் குழலியின் மனமும் பிரதிபலிக்கிறது. ஒரு தலைவியின் அறியாமைப் பண்புகளாகிய

அச்சம், மடம், நாணம், பயிர்ப்பு ஆகிய நான்கு விதமான குணங்களும் வெளிப்படும் இந்த நிலைமையைத்தான் அன்றைய குறுந்தொகைப் பாடல் 25ல், குறிஞ்சித் திணையில் தலைவி கூற்றாகச் சங்க காலப் புலவர் கபிலர் எழுதியுள்ளார். அப்பாடல்..

“யாரும் இல்லைத் தானே கள்வன்
தானது பொய்ப்பின் யானெவன் செய்கோ
தினைத்தாள் அன்ன சிறுபசுங் கால
ஒழுகுநீர் ஆரல் பார்க்கும்
குருகும் உண்டுதான் மணந்த ஞான்றே.”

–கபிலர், குறுந்தொகை 25.

ஒரு நாள், தலைவனும் தலைவியும் சந்தித்தார்கள். அப்பொழுது, தலைவன் “நான் உன்னைக் கைவிடமாட்டேன். விரைவில் உன்னைத் திருமணம் செய்துகொள்வேன்” என்று அவளுக்கு உறுதிமொழி கூறினான். அவன் கூறிய உறுதிமொழியை நம்பிய தலைவி அவனோடு கூடி மகிழச் சம்மதித்தாள். அதற்குப் பிறகு, அவனைக் காணவில்லை. அவனோடு கூடியிருந்தபொழுது அவன் உறுதிமொழி அளித்ததற்கு யாரும் சான்று இல்லையே என்று தன் தோழியிடம் கூறித் தலைவி வருந்துகிறாள்.

தலைவன் என்னோடு கூடியிருந்தபொழுது அதற்குச் சான்றாக வேறு ஒருவரும் அங்கு இல்லை. தலைவனாகிய கள்வன் மட்டுமே அங்கு இருந்தான். என் தலைவன் கூறிய உறுதி மொழிகள் பொய்யானால் நான் என்ன செய்வேன்? ஓடும் நீரில் வரும் ஆரல் மீனை உண்ணுவதற்காகப் பார்த்து நிற்கும், தினையின் அடியைப் போன்ற சிறிய செழுமையான கால்களை உடைய குருகு மட்டுமே அங்கே இருந்தது.

ஆரல் மீனை உண்ணும் குருகுபோல் தலைவன் தலைவியைக் கூடினான் என்பது உள்ளுறை உவமமாக இப்பாடலில் கூறப்பட்டுள்ளது. யாருக்கும் தெரியாமல் தன்னைத் தலைவன் கூடியதால் அவனைக் ”கள்வன்” என்று தலைவி குறிப்பிடுகிறாள்.

இப்படியான குழலியின் புலம்பல்கள் குன்றனைப் போய்ச் சேருமா..? அவனே அருள்கொண்டு வந்து அதாவது தானாக விரைவில் வந்து குழலியைத் திருமணம் செய்து கொள்வானா..?

7 - நல்லையல்லை நெடுவெண்ணிலவே..!

பூஞ்சோலையிலிருந்து குழலியும், ஆதனியும் பெருமலையென கனத்த மௌனத்துடன் வீடு வந்து சேர்த்தனர். குழலியின் மனம் குன்றனை நினைத்துப் பனியென உருகுகிறது. டெலிபதி என்று ஆங்கிலத்தில் சொல்லுவார்கள் அல்லவா..? அதுபோல குழலியின் மனவோட்டத்தை அறிந்தானோ என்னவோ குன்றன்..

அவன் பொருள் ஈட்டுவதற்காக நெடுந்தூரம் பயணம் செய்ய ஆயத்தமாகும் முன் அவனது ஊரான வந்திமலையிலிருந்து, இரண்யமுட்டத்துக்கு வந்து குழலியை ஒரே ஒரு தரம் பார்க்க விரும்பினான். கருமை கவிந்த இருளில் இரவுக்குறியில் குழலியைச் சந்திக்க வருகிறான் குன்றன். களவு வாழ்க்கையை எண்ணி அவனது மனம் ஏங்குகிறது.

அவன் வந்தபொழுது குழலியின் வீட்டுத் தோட்டத்தில் ஆதனி மட்டும் ஏதோ வேலையைச் செய்துகொண்டு இருந்தாள். அப்பொழுது குன்றன், சங்கேத ஒலியை எழுப்புகிறான். குழலியின் பேச்சிலிருந்து இந்த ஒலிக்கு என்ன அர்த்தம் என்றும், இப்படி அழைத்தால் குழலியும் குன்றனும் தனியாகச் சந்தித்துக் கொள்வார்கள் என்பதையும் அறிந்திருந்தாள் ஆதனி.

மீண்டும் மீண்டும் களவு வாழ்க்கையையே இந்தக் குன்றன் விரும்பிக்கொண்டு குழலியைச் சந்திப்பதையே பெரும் மகிழ்ச்சியாக வைத்துக்கொண்டு இருக்கிறான். எப்பொழுதுதான் கற்பு நிலைக்கு மாறுவான்.. என்று கவலை அடைகிறாள் ஆதனி. அப்படிக் கவலை அடைவதனால் இன்று இவன் வந்ததைக் குழலி அறியக்கூடாதென்றும் நினைக்கிறாள்.

குன்றனைப் பார்த்துவிட்ட பிறகும் ஆதனி, குழலியை அழைத்து வரச் செல்லவில்லை. அழைத்து வராமல் படக்கென வீட்டின்

தோட்டத்து வாயில் கதவை அடைக்கிறாள். இவனைத் திருமணத்துக்கு ஊக்குவிக்கவேண்டும் என எண்ணுகிறாள்.

கற்பு வாழ்க்கைக்கு மாற வேண்டும் என்பதைச் சுட்டிக்காட்ட ஆதனி விரும்புகிறாள். அந்தச் சூழ்நிலையில் குழலி வீட்டினுள் இருத்தி வைத்து விட்டு அவள் மட்டுமாக அந்தக் குறியிடத்தில் நிற்கிறாள். அப்பொழுது குன்றன் ஒரு வேலிப் பக்கத்தில் காத்து நிற்கின்றான்.

அவனிடம் நேருக்கு நேராகத் தான் பேசும் சூழ்நிலையை ஆதனி அமைத்துக்கொள்ளவில்லை. ஏனென்றால், குன்றன் என்கிறவன் மிக உயர்ந்தவன். அவனுக்கு நேரடியாக அறிவுரை சொல்ல வேண்டாமோ என்று நினைத்தாளோ என்னவோ இந்த ஆதனி.? ஆகவே அவன் சிறைப்புறத்தானாக அதாவது வேலியின் அந்தப் பக்கத்திலே அவன் இருக்க இரவு நேரத்திலே முழு நிலவு காட்சி அளிக்கிறது. பாரதிதாசன் சொல்வார் அல்லவா..

"நீலவான் ஆடைக்குள் உடல் மறைத்து
நிலா என்று காட்டுகின்றாய் ஒளிமுகத்தை!"

அப்படிப்பட்ட முழு வெண்ணிலவு அங்கே காட்சி அளிக்கிறது. அதனைப் பயன்படுத்திக்கொண்டு, வேலிப் புறத்தானாக அவன் நிற்பதைக் கண்டுவிட்டு, ஆதனி மிக அழகாகக் குறிப்பாகச் சொல்கிறாள்.. எதைப் பார்த்து நிலவைப் பார்த்து.. நெடுவெண்ணிலவே.! அதாவது நீண்ட நேரம் இருக்கின்ற நிலவு என்று சொன்னால் அது பௌர்ணமி நிலவு.

தேய்பிறையாகவோ, வளர்பிறையாகவோ இருந்தால் அது குறிப்பிட்ட காலத்தில் மறைந்து விடும். ஆகையால் நீண்ட நேரம் இருக்கின்ற பௌர்ணமி நிலவே நல்லையல்லை.. நீ நல்லவனேகிடையாதய்யா.. நிலவே, நீ நல்லது செய்வது இல்லை ஏன்..?

களவுக்காக எனது தோழி குழலியைச் சந்திப்பதற்கு எல்லி வருநர் அதாவது இரவு நேரத்தில் வருகிறாரே இந்தக் குன்றன்.. அவருக்கு நீ நல்லது செய்யவில்லை. இரவு நேரத்தில் பகல் போல வெண்ணிலவான நீ காய்கிறாய்.. நீ காய்வதனால் அவன் வருகின்ற வருகை எல்லோருக்கும் தெரிவதற்கான வாய்ப்பு இருக்கிறது. அப்பொழுது ஊராரே பழி தூற்றுவார்கள். அதுமட்டுமல்ல இப்படிக் குழலியை வீட்டிலேயே இருக்க வைத்துவிட்டுத் தான் இப்படியெல்லாம் பேசினால்தான் அவன்

மிக விரைவில் பொருள் தேடிவந்து கற்பு வாழ்க்கையில் ஈடுபடுவான் என நினைத்து ஆதனி அவ்வாறு சொல்கிறாள்.

அவன் வருகின்ற வழி அவ்வளவு சிறப்பாக இல்லை. என்ன அப்படிச் சிறப்பில்லை..? அவன் வருகின்ற வழியில் ஒரு காட்சி.. பெரிய கருங்கால் வேங்கை. வேங்கை என்றால் ஒரு மரம் அந்த மரத்தின் அடிமரம் எப்படி இருக்குமெனில் கருப்பாக இருக்கும். அப்படிக் கறுப்பாக இருக்கும் வேங்கை மரத்தின் அடியினிலே துறுகல் என்ற கல் அதாவது உருண்டையாக இருக்கின்ற ஒரு பாரங்கல், அந்த பாரங்கல்லிலே வேங்கை மரத்தினுடைய வீ மலர்ந்து இருக்கின்ற பூக்கள் இரவு நேரத்தில் கீழே அந்தப் பாறைகளைச் சுற்றி விழுந்து விடுகின்ற நிலை. மரத்திலிருந்து கீழே விழுகின்ற பூவின் நிலைக்கு வீ என்று பெயர். அதில் ஒரு சிறப்பு என்னவென்றால் தமிழர்கள் ஒரு பூவுக்கு எத்தனை விதமான நிலைகளைப் படைத்து இருக்கின்றனர் என நாம் பார்க்கவேண்டும்.

பூவினை மலர் என்று சொல்வது மட்டுமே நம்மில் பலருக்குத் தெரிந்திருக்கும். ஒரு பூவானது அரும்பி, மலராகி, மணம் பரப்பி மனங்களைக் கொள்ளை கொள்ளும்வரை எத்தனை எத்தனை மாற்றங்கள் நிகழ்கின்றன. மாற்றங்கள் மட்டுமா நிகழ்கின்றன? மாற்றங்களுக்கு ஏற்ப பெயரையும் அல்லவா மாற்றிக்கொள்கிறது.

பருவத்துக்கு ஒரு பெயர் தாங்கி ஒவ்வொரு பருவத்தையும் என்னைப் பார்.. என்று உற்று நோக்க வைத்து உவகை கொள்ள வைக்கிறது. கண்களுக்கு விருந்து படைக்கும் மலருக்கு இத்தனை பெயர்களா..? வியக்க வைக்கிறது அல்லவா..? எந்த மொழியிலும் இல்லாத சொல்லாளுமை தமிழுக்கு உண்டு என்பதற்கு இந்த ஓர் எடுத்துக்காட்டு மட்டுமே போதும்.

அரும்பு, நனை, முகை, மொக்குள், முகிழ் , மொட்டு, போது, மலர், வீ, பொதும்பர், பொம்மல், செம்மல் என மலர் தன் மாற்றங்களுக்கு ஏற்ப கொடுத்து வைத்திருக்கும் பெயர்கள்தாம் எத்தனை..! எத்தனை..! அத்தனையையும் சொல்லும் போதெல்லாம் பூவின் அந்தந்தத் தோற்ற மாற்றம் நம் கண்முன் வந்து விரியும். இனி இதனை இப்படித்தான் சொல் வேண்டும். இப்படித்தான் எழுத வேண்டும் என்ற ஆர்வத்தைத் தூண்டும். பழந்தமிழ் இலக்கியங்களைப் புரட்டிப் பார்ப்போமானால் மலரை ஒவ்வொரு புலவரும் எவ்வாறெல்லாம் பெயர் கொடுத்துக் கொண்டாடி வந்துள்ளனர் என்ற உண்மை புரியும்.

அரும்பு என்பது நமக்குத் தெரியும். இதழ் விரிப்பதற்கு முந்தைய பருவம் அரும்பு. அரும்பு தெரியாதவர் ஒருவரும் இருக்க முடியாது. பூக்கடைக்குப் போனால் அரும்பாகக் கொடுங்கள் என்று கேட்டு வாங்கியிருப்போம். இந்த அரும்பிலும் மூன்று உட்பிரிவுகள் உண்டாம். நனை, முகை, மொக்குள் என்பன அரும்பின் மூன்று நிலைகளாம். அவற்றை எப்படிக் கண்டறிவது என்ற கேள்வி எழலாம்.

நனை என்பது உள்ளும் புறமும் ஒரு வித ஈர நைப்புள்ள தேன் நனைப்புடன் காணப்படம் நிலை நனை எனப்படும். முகை என்பது முகிழ்த்தல் அதாவது சற்றுப் புடைத்திருப்பது. மொக்குள் என்பது மணம் பெறும் நிலை. அரும்புக்குத் துளிர்த்தல், முளைத்தல், தோன்றுதல் என்ற மூன்று பொருள் உண்டு.

இப்போது பூவின் ஏழுநிலைகள் மற்றும் அவற்றின் பெயர்களைப் பற்றி அறிந்து கொள்வோம். பூவின் ஏழு நிலைகள்.. பூக்கும் பருவத்தின் முதல் நிலை அரும்பு, மொக்கு விடும் நிலை மொட்டு, முகிழ்க்கும் நிலை முகை, பூவாகும் நிலை மலர், மலர்ந்த இதழ் விரிந்த நிலை அலர், வாடும் நிலை வீ, வதங்கிக் கிடக்கும் நிலை செம்மல். இவை பூவின் ஏழு நிலைகளுக்குமான ஏழு பெயர்களாகும்.

பூவின் பருவநிலையை நுட்பமாக உற்று நோக்கி மேலும் சில பெயர்கள் கொடுத்திருக்கும் தகவல்களையும் சங்க இலக்கியப் பாடல்கள் மூலமாக நம்மால் அறிய முடிகிறது. அவ்வாறு பெறப்பட்ட தகவல்கள் மூலம் பூவுக்கு பதின்மூன்று பெயர்கள் தந்துள்ளமையை அறிய முடிகிறது.

அவை, அரும்பு அரும்பும் நிலை, நனை அரும்பு வெளியில் தலை காட்டும் நிலை, முகை தலைகாட்டிய நனை முத்தாக மாறும் நிலை, மொக்குள் பூவுக்குள் பருவமாற்றமான நாற்றம், அதாவது மணம் பெறும் நிலை. மொக்குள் பருவத்தில்தான் பூவில் மணத்தைக் கொடுக்கும் மாற்றங்கள் நடைபெறும். முகிழ் மணம் கொண்டு முகிழ்தல், அதாவது விரிந்தும் விரியாமலும் இருக்கும் நிலை முகிழ். போது மொட்டு மலரும்போது ஏற்படும் புடைப்பு நிலை, மலர் மலரும் பூ அதாவது மலர்ந்த நிலை, பூ முழு இதழ்களும் விரிந்த நிலையில் பூத்திருக்கும் மலர், வீ உதிரும் நிலையில் இருக்கும் பூ, பூக்கள் பூத்துக் குலுங்கி நிற்கும் நிலை பொதும்பர், பொம்மல் உதிர்ந்து கிடக்கும் பூ, உதிர்ந்த பழம் பூ செந்நிற மாற்றம் பெற்று அழுகும் நிலைதான் செம்மல்.

ஆக அரும்பு, நனை, முகை, மொக்குள், முகில், மொட்டு, போது, மலர், பூ, வீ, பொதும்பர், பொம்மல், செம்மல் என்று பதின்மூன்று பெயர்கள். அப்பப்பா.. இத்தனை பெயர்களா? இதற்கே வியந்து போனால் எப்படி..

புலவர்கள் அவற்றைக் கையாண்ட விதத்தை வாசிக்கும் தோறும் நமக்குள் ஒரு பெருமிதம் ஏற்படுகிறது. மொழியின் உயர்வு மக்கள் அதனை எவ்வாறு பயன்பாட்டுக்குக் கொண்டுவருகின்றனர் என்பதில்தான் உள்ளது.

பூவுக்கு இத்தனை பெயர்கள் இருந்தும் நாம் அதனைப் பயன்படுத்துகிறோமா..? எவ்வளவு வளமான சொற்களைக் கொண்ட மொழி நம் தமிழ் மொழி. இனிமேலாவது இதனை நாம் பயன்படுத்திப் பார்ப்போம். இதிலிருந்து இயற்கையை எப்படி அனுபவித்து இருப்பார்கள் நமது முன்னோர்கள் எனத் தெரிகிறது.

மேலும் பூவின் இந்த ஏழு படிநிலையை உற்று நோக்கிய தமிழர்கள் மனிதர்களின் வளர்ச்சிப் பருவத்தையும் இதனை ஒட்டியே ஏழு பருவங்களாக அமைத்தனர் எனக் கொள்ளலாம்.

பெண்களுக்குப் பேதை, பெதும்பை, மங்கை, மடந்தை, அரிவை, தெரிவை, பேரிளம் பெண் என்ற ஏழு பருவப் பெயர்கள் உள்ளன. ஆண்களுக்கு அதற்கு இணையாகப் பாலன், மீளி, மறலோன், திறலோன், காளை, விடலை, முதுமகன் என்று வயதின் அடிப்படையில் ஏழு பருவப்பெயர்கள் கொடுக்கப்பட்டுள்ளன.

சரி.. ஏற்கனவே சொன்னது போலத் துறுகல் அதாவது வட்டமான உருண்டையான பாறையைச்சுற்றி வீ நிலையில் இருக்கிற பூக்கள் விழுந்து இருக்கின்றன. அதைப் பார்க்க எப்படி இருக்குமானால் வேங்கை போல அதாவது புலி போல இருக்கிறது. நாம் பார்த்து இருப்போம் வெள்ளையில் அங்கங்க புள்ளி போல இருக்கும் வேங்கைக்கு. யாராவது தொலைவிலிருந்து பார்த்தால் அந்த வெள்ளைப் பாறை வேங்கை படுத்துக்கொண்டு இருப்பது போலக் காட்சியளிக்கும். அது மாமிசம் சாப்பிடும் அல்லவா.. அப்பொழுது மனிதன் அந்த வழியே வந்தால், அவனையும் அல்லவா அது சாப்பிடும். அப்படிப்பட்ட கடுமையான வழி.

அப்படிப் பட்ட கடுமையான வழியில் இவன் வருகிறான். ஆகையினால் பாறையைப் பார்த்து வேங்கையென எண்ண ஓர் அச்சம் ஏற்படும் அல்லவா.. அதனால் நீ வரக்கூடிய வழியோ அச்சம்

தரக்கூடிய வழியாய் இருக்கிறது. நீயோ இரவு பகல் என மாறி மாறி வந்துகொண்டு இருக்கிறாய். அதுவும் இன்று இந்த எல்லியில் வந்து இருக்கின்றாய்.. இரவு நேரத்தில் வந்திருக்கின்றாய்.. எதற்கு? களவுக்கு.. ஆக இது ஒரு திருட்டுத்தனம்.. இன்றோ பௌணர்ணமி இரவு. முழுவதுமாக ஒளி வீசுகின்ற நேரம். ஆகையால் குழலியை நீ சந்திக்க இயலாது. நீ விரைவில் திருமணத்துக்கு உண்டான பொருள் ஈட்டிக்கொண்டுவந்து இந்த மண வீட்டாருடன் பேசி குழலியை மணம் முடித்துக்கொள் என்பதனைச் சுற்றிவளைத்து அருமையாகக் குன்றனுக்குப் புரியும்படி சாடைமாடையாக நிலவைப் பார்த்து, வெண்ணிலவே நீ நல்லையல்லை, நீ குழலிக்கும் குன்றனுக்கும் தீமையைத் தருகிறாய் என்கிறாள் ஆதனி.

அகப்பொருள் திணையிலேயே தோழி என்கிற கதாபாத்திரம் மிக அற்புதமான கதாபாத்திரம். அறிவு, ஆற்றல் நிறைந்த பாத்திரம். இப்படித்தான் இன்றைய காலகட்டத்தில் கூட தோழியானவள் காதலில் விழும் தன் தோழியானவளுக்கு நல்லது கெட்டது எடுத்துச் சொல்லி அவளை நல்வழிப்படுத்துகிறாள்.

அவ்வாறாகத் தோழி சொல்கின்ற பாடலைத்தான் குறிஞ்சித் திணையில் சங்க காலப் புலவர் நெடுவெண்ணிலவினார் குறுந்தொகைப் பாடல் 47ல் எழுதியுள்ளார். இந்தப் பாடலைப் பாடிய புலவரின் பெயர் தெரியவில்லை. அப்படி தெரியாத பொழுதில் அந்தப் பாடலில் வரும் உவமையை வைத்துப் பெயரிடுவது தமிழ் மரபு. அந்த மரபைக் கையாண்டு இந்தப் பாடலில் நெடுவெண்ணிலவு என்ற தொடரைக் கொண்டு, எழுதிய புலவர் பெயரை நெடுவெண்ணிலவினார் என்று கொடுத்துள்ளனர். ஆங்கிலத்தில் பெயர் அறியப்படவில்லை என்றால் *unknown* எனச் சொல்லுவார்கள், ஆனால். இங்கே அதில் இருக்கும் உவமையைப் பெயராக இடுவது மரபாக இருந்ததை நாம் தெரிந்து கொள்ளலாம். அந்தப் பாடல்..

"கருங்கால் வேங்கை வீயுகு துறுகல்
இரும்புலிக் குருளையின் தோன்றுங் காட்டிடை
எல்லி வருநர் களவிற்கு
நல்லை யல்லை நெடுவெண் ணிலவே."

–நெடுவெண்ணிலவினார், குறுந்தொகை 47.

பாடலின் பின்னணி என்னவென்றால், தலைவன் இரவில் வந்து தலைவியோடு பழகுவதைத் தோழி விரும்பவில்லை. தலைவன் தலைவியை விரைவில் திருமணம் செய்துகொள்ளவேண்டும் என்று தோழி விரும்புகிறாள். ஆகவே, தோழி நிலவை நோக்கி, "நீ ஒளி தருவதால்தான் தலைவன் இரவில் வருகிறான். அவர்களின் களவொழுக்கம் தொடர்ந்து நடைபெறுகிறது. ஆனால், இவ்வாறு நீ நீண்ட நேரம் காய்வது அவர்களின் களவொழுக்கத்துக்கு நீ செய்யும் நல்ல செயலன்று" என்று கூறுகிறாள்.

நீண்ட நேரம் எறியும் வெண்ணிலவே! கரிய அடிப்பக்கத்தையுடைய வேங்கை மரத்தின் மலர்கள் உதிர்ந்த பாறை, பெரிய புலிக்குட்டியைப் போலக் காட்சி அளிக்கும் காட்டில் இரவு நேரத்தில் வரும் தலைவருடைய களவொழுக்கத்துக்கு, நீ நன்மை புரியவில்லை. நிலவின் ஒளியிருப்பதால், கருமை நிறமுடைய பாறையின் மேல் விழுந்து கிடக்கும் மஞ்சள் நிறமுள்ள வேங்கை மலர்களைக் கண்டு தலைவன் புலிக்குட்டி என்று எண்ணி அஞ்சக்கூடும். அதுமட்டுமல்லாமல், புலிக்குட்டி இருந்தால், அங்கே மற்ற புலிகளும் இருக்கக்கூடும் என்று தலைவன் எண்ண வாய்ப்பு இருப்பதால், அவனுடைய அச்சம் மிகுதியாகலாம். நிலவொளி நீண்ட நேரம் இருப்பதால் தலைவன் தலைவியின் களவொழுக்கம் அதிக நேரம் நீடிக்கலாம். இவ்வாறு களவொழுக்கம் தொடர்ந்து நீடித்து நடைபெற்றால், அது தலைவியின் பெற்றோர்களுக்கும் ஊராருக்கும் தெரிய வாய்ப்பு உண்டு. பின்னர், களவொழுக்கம் தொடர்ந்து நடைபெற முடியாது. ஆகவே, நீண்ட நேரம் நிலவு காய்வதால், களவொழுக்கத்துக்குக் கேடு விளையுமே ஒழிய நன்மை இல்லை என்று தோழி கூறுவது, தலைவன் தலைவியை விரைவில் திருமணம் செய்துகொள்ளவேண்டும் என்ற தன் விருப்பத்தை வெளிப்படுத்துவதாகத் தோன்றுகிறது.

இந்தக் குறுந்தொகைப் பாடலுக்கும், 'காற்று வெளியிடை' திரைப்படத்தில் ஏ. ஆர். ரகுமான் இசையில், கவிஞர். வைரமுத்து எழுதிய

"வானில் தேடி நின்றேன்
ஆழி நீ அடைந்தாய்.
ஆழி நான் விழுந்தால்
வானில் நீ எழுந்தாய்.

என்னை நட்சத்திரக் காட்டில் அலையவிட்டாய்.
நான் என்ற எண்ணம் தொலையவிட்டாய்
நல்லை அல்லை நல்லை அல்லை
நன்னிலவே நீ நல்லை அல்லை.."

–கவிஞர். வைரமுத்து, காற்று வெளியிடை.

என்ற பாட்டுக்கும் சம்பந்தம் இல்லைதான். இருந்தாலும் நம்மில் எத்தனை பேர் "நல்லை அல்லை" என்று இந்தப் பாட்டு வருவதற்கு முன் கேட்டிருப்போம்?

இப்போதெல்லாம் பெண்களை மலர், பூ என்று வருணிக்கிறார்கள். சங்கத் தமிழில் அவள் பருவத்துக்கு ஏற்ப பூக்களின் பருவத்தைப் பிரித்திருப்பார்கள். ஏற்கெனவே அவற்றை மேலே சொல்லி இருக்கிறேன். அவற்றில் முகை, முகிழ், மொட்டு, மலர் என மலரின் பருவங்கள் இதே பாடலில் வரிகளாய் பூத்திருக்கின்றன.

"முகை, முகிழ், மொட்டென்ற நிலைகளிலே
முகந்தொட காத்திருந்தேன்.
மலர் என்ற நிலைவிட்டுப் பூத்திருந்தாள்,
மணம் கொள்ளக் காத்திருந்தேன்.

மகரந்தம் தேடி நுகரும் முன்னே
வெயில் காட்டில் வீழ்ந்துவிட்டாய்."

–கவிஞர். வைரமுத்து, காற்று வெளியிடை.

நாறும் மலரே என்பதைத் தவறாக அர்த்தம் கொள்ளக்கூடாது. தமிழில் நாற்றம் என்றால் நறுமணம் என்றே பொருள். துர்நாற்றம் என்றால்தான் நுகர முடியாதவை. ஆக, சங்கத் தமிழ்ச் சொற்களை இயல்பாகப் பயன்படுத்த வைத்த பெருமை கவிஞர். வைரமுத்துவையே சேரும்.

சரி.. மீண்டும் கதைக்கு வருவோம். ஆதனியின் சாடைப் பேச்சைப் புரிந்துகொண்டு அங்கிருந்து சென்றுவிட்டானா குன்றன்..? இல்லை விடாப்பிடியாகக் குழலியைச் சந்தித்தானா..?

8 - காதல் நோயும் அவனே! மருந்தும் அவனே!

பூங்குன்றன் ஆதனியின் சாடைப் பேச்சைப் புரிந்துகொண்டான். அவள் சொல்வது போலப் பொருள் ஈட்டிக்கொண்டுவந்து பூங்குழலியைத் திருமணம் செய்து கொள்ளலாம் எனத் திட முடிவு எடுக்கிறான். அவனது மனம் குழலியைக் காணாமல் செல்வதைப் பற்றி ஏங்குகிறது. இருப்பினும் அங்கிருந்து வில்லிலிருந்து புறப்பட்ட அம்பென விருட்டென்று கிளம்புகிறான்.

இரண்யமுட்டத்திலிருந்து கிளம்பி அங்கிருந்து பல காதம் தொலைவிற்குப் பயணம் செய்து பொன்வயல் என்ற கிராமத்தை வந்தடைகிறான் குன்றன். மலையடிவாரத்தில் அமைந்திருக்கும் பொன்வயல் ஓர் அழகான பசுமை நிறைந்த ஊர். அந்த மலையைச் சுற்றி உள்ள காடுகளில் பல வகையான தினைகளை விதைத்திருக்கிறார்கள். தினைப் பயிர்கள் பச்சைப் பசேலென இருக்கின்றன. அதனைக் காவல் காக்கும் பணியினைக் குன்றன் ஏற்கிறான்.

மலை உச்சியில் ஒரு பரண் இருக்கிறது. அந்தப் பரணிலிருந்து கொண்டுதான் குன்றன் தினை நிலங்களைக் காவல் காக்கிறான். வெண் மேகங்கள்.. கைதொடும் தூரத்தில்.. இரம்மியமான பொழுது.. பெண்ணாக இருந்தால்,

"வெண்மேகம் முட்ட முட்ட
பொன் மின்னல் வெட்ட வெட்ட
பூவானம் பொத்துக் கொண்டதோ.."

—கவிஞர். வைரமுத்து, குரு.

எனப் பாடி, ஆட ஆரப்பித்து இருப்பான் குன்றன். ஆண் அல்லவா.. ஆகையால் பரணில் குளிர்காயவும், வெளிச்சத்துக்காகவும்

சந்தன விறகுகளை எரிக்கிறான். மகா குளிர்.. மலைசார்ந்த இடம் என்றாலே குளிர் ஊசியாகத் துளைக்கும் தானே.

சந்தன விறகுகள் பார்ப்பதற்கு வானத்தில் உள்ள நட்சத்திரங்கள் மினுக் மினுக்கென ஒளிர்வதைப் போலக் கண்சிமிட்டுகின்றன. அக்கொள்ளிக்கட்டைகள் இரவு முழுக்கக் கனன்றுகொண்டு இருக்கின்றன குளிரைப் போக்க. அந்தப் புகையிலிருந்து வருகின்ற சந்தன மணம் அந்த மலையெங்கும் தவழ்ந்துகொண்டிருக்கிறது. இப்படியாக நாள்தோறும் அவனது பொழுது சென்றுகொண்டிருக்கிறது.

காற்று வாக்கில் இந்தச் சேதி பூங்குழலிக்கு வந்து சேர்கிறது.. அதாவது பூங்குன்றன் பொன்வயலில் இருப்பதாகவும், அவனுக்கு வேலை கிடைத்துவிட்டது என்றும், சூரியனைப் போல இரவு பகல் ஓயாது உழைக்கிறான் என்றும்..

இதைக் கேட்டவுடன் அவளுக்குத் தெரியும் குன்றன் பரணில் இருப்பான் எனவும், அவன் இரவின் தனிமையில் குளிர்காய்வான் எனவும்.. அவனது நினைப்பில் இவள் நனவின் கற்பனையில் குளிர்காய்கிறாள்.. அதனைத் தன் தோழியான ஆதனியிடம் பகிர்ந்து கொள்கிறாள்.

அடியேய் ஆதனி, "செய்தி தெரியுமா..? என் குன்றன் பொன்வயலில் இப்பொழுது.. இதைக் கேட்டவுடன் என் மனம் ஒரு நிலையில் இல்லை.. அவன் நினைப்பாகவே இருக்கிறது.. கனவு கூடக் கண்டேன் என்றால் பாரேன்.."

"காதலர்கள் கனவு காணவில்லை என்றால்தான் ஆச்சரியம். அப்படி என்ன தான் கனவு கண்டாய்..?" என்றாள் குழலி

"இதோ.. என் அன்பன், என் அரும்பன், என் அம்போருகன், என் பத்மன், என் குன்றன் எனக்குப் பக்கத்தில் இருக்கிறான். அகண்ட மார்பில் சந்தனம் பூசி உள்ளான். அவன் மார்பினை மஞ்சமாக்கி, அதில் சாய்ந்துள்ளேன். அவனது மார்பு மயிர்க்காட்டில் எனது விரல்கள் நர்த்தனமாடுகின்றன."

கண்கள் சொருகி ஒரு மோனத்துள் ஆழ்ந்து குழலி பிதற்ற ஆரம்பிக்கிறாள்..

குழலி, குழலி.. என ஆதனி குரல் கொடுக்க.. மயக்கத்திலிருந்து வெளி வந்து.. "என்ன ஆச்சரியம்.. அவன் மார்பை நினைத்தாலே எனக்குக் காதல் நோய் வருகிறது, அதே மார்பைக் கட்டிக்கொண்டால்,

அந்த நோய் போய் விடுகிறது. என் நோய்க்குக் காரணம் அவனே. என் நோய்க்கு மருந்தும் அவனே.. " என்கிறாள் குழலி.

குழலியின் மனதை ஒத்த, இளையராஜா அவர்கள் எழுதி இசையமைத்த,

"சந்தன மார்பிலே
குங்குமம் சேர்ந்ததே
ஒ மதி ஒ மதி.."

–இசைஞானி இளையராஜா, நாடோடித் தென்றல்

என்ற பாடல்தான் ஞாபகம் வருகிறது. அவன் பூசியிருக்கின்ற சந்தனத்தில் அவளது குங்குமம் சேரும் காட்சி.

அது நெற்றிக் குங்குமமா..? இல்லை.. எப்படி ஆண்கள் மார்பிலும், தோளிலும் சந்தனம் பூசிக்கொள்ளும் பழக்கம் உள்ளதோ, அதுபோலப் பெண்கள் மார்பில் குங்குமம் பூசும் பழக்கம் இருந்துள்ளது. பெண் தன் கணவனை அல்லது காதலனைத் தழுவும் போது அவன் தோளில் உள்ள சந்தனத்தோடு அவள் மார்பில் உள்ள குங்குமம் சேரும். இதனைக் கம்பர் அவ்வளவு அழகாக வர்ணிப்பார்..

"இணை எடுத்து இடை இடை நெருக்க, ஏழையர்
துணை முலைக் குங்குமச் சுவடும், ஆடவர்
மணி வரைப் புயந்து மென்சாந்தும், மாழ்கி, மெல்
அணை எனப் பொலிந்தது – அக் கடல் செல் ஆறுஅரோ."

– கம்பராமாயணம், பால காண்டம்.

இங்கே ஏழையர் என்றால் பெண்கள், அவர்களுடைய மார்பகங் களில் பூசிக்கொண்டிருந்த குங்குமச் சுவடும், ஆண்கள் தங்களுடைய தோள்களில் பூசியிருந்த சந்தனமும் கலக்கிறது எனப் பொருள்.

அப்பப்பா, எங்கேயோ சந்தன வாசனை இழுத்துக்கொண்டு போய்விட்டது. இதைத்தான் தலைவி கூற்றாகக் குறிஞ்சித் திணையில் சங்கப் புலவர் மாடலூர் கிழார் குறுந்தொகை 150 ஆவது பாடலில் கூறியுள்ளார். அப்பாடல்..

“சேணோன் மாட்டிய நறும்புகை ஞெகிழி
வான மீனின் வயின்வயின் இமைக்கும்
ஓங்குமலை நாடன் சாந்துபுல ரகலம்
உள்ளின் உண்ணோய் மல்கும்
புல்லின் மாய்வ தெவன்கொல் அன்னாய்.”

—மாடலூர் கிழார், குறுந்தொகை 150.

தோழி! மரத்தின் உச்சியில், பரணின் மீது இருக்கும் குறவன் கொளுத்திய நல்ல மணமுள்ள புகையையுடைய கொள்ளியானது, வானத்திலுள்ள நட்சத்திரங்களைப் போல, இடந்தோறும் ஒளியை வீசும் உயர்ந்த மலை நாட்டையுடைய தலைவனது சந்தனம் பூசிய மார்பினை நினைத்தால் என் உள்ளத்தில் காமநோய் பெருகும். அவன் மார்பைத் தழுவினால் அந்த நோய் மறைந்துவிடுகிறது. இது வியப்பாக உள்ளதே!

தினைப்புனத்தைக் காக்கும் குறவர் தம்மைக் கொடிய விலங்குகளிடமிருந்து காப்பாற்றிக்கொள்வதற்காக, பரண் மீது ஏறி நின்று கொள்ளியைக் கொளுத்துவது வழக்கம்.

இப்படியாக இங்குக் குழலி, குன்றனை நினைத்துக் காதல் நோயில் விழ பொன்வயலில் குன்றன் என்ன செய்துகொண்டு இருப்பான்..?

9 - நினைவில் இனிக்கும் இளம்புல்

பூங்குழலி காமத்திலும் காதலிலும் பிதற்றுவதைப் பார்த்து, ஆதனி சொல்கிறாள் உன்னைப் பார்க்கப் பூங்குன்றன் வந்தான் அன்றொரு பௌர்ணமி இரவில்.. நான்தான் அவனிடம் பொருள் ஈட்டிக்கொண்டு வந்து உன்னை மணம் முடிக்க விரைவில் வருமாறு ஜாடையாகப் பேசினேன் எனக் கூறுகிறாள்.

"ஆதனி, அவன் என்னைப் பார்க்க வரவில்லை, என்னை விட்டுச் சென்றுவிட்டான் எனப் பிரிவுத் துயரில் அவனை வைது கொண்டும், அவன் நினைப்பில் அழுது புலம்பிக்கொண்டும் அல்லவா இருந்தேன்"

"ஒரு நாள் சிரித்தேன்
மறு நாள் வெறுத்தேன்
உனை நான் கொல்லாமல்
கொன்று புதைத்தேனே

மன்னிப்பாயா மன்னிப்பாயா
மன்னிப்பாயா மன்னிப்பாயா
மன்னிப்பாயா.."

—கவிஞர்.. தாமரை, விண்ணைத்தாண்டி வருவாயா.

என்ற பாடலில் வரும் வரிகளைப் போல மன்னிப்பாயா.. மன்னிப்பாயா எனப் பிதற்றுகிறாள். நினைவுகளின் பலமும், எண்ணங்களின் அலைவரிசையும் ஒத்திருந்தால்.. என்னவாகும்..?

ஒவ்வொருவர் மனத்திலும் ஒவ்வொரு சிந்தனைகள், நம்பிக்கைகள். அவரவர்களும் அதனை முழுவதும் நம்புகிறார்கள். அதை நான் மட்டும் சொல்லவில்லை.. சங்கப் புலவரும் சொல்கிறார்.. அந்தப் பாடல்..

"நின்னே போலும் மஞ்ஞை ஆலநின்
நன்னுதல் நாறும் முல்லை மலர
நின்னே போல மாமருண்டு நோக்க
நின்னே உள்ளி வந்தனென்
நன்னுதல் அரிவை காரினும் விரைந்தே."

–பேயனார் ஐங்குறுநூறு –492

இப்பாடல் வழி அறியும் செய்தி என்னவென்றால், நினைவுகளின் வெளிப்பாடே நாம் காணும் காட்சி என்னும் உளவியல் கூறு உணர்த்தப்படுகிறது. நம் மனத்தில் நிறைந்த ஏதோ ஒன்று நாம் காணும் பொருள்களிலெல்லாம் வெளிப்படும் என்ற கருத்து உணர்த்தப்படுகிறது.

அவ்வாறாகக் குழலி, குன்றனை நினைத்து மறுகுதல் போல பொன்வயல் கிராமத்தில், குன்றனின் மனமும் மன்னிப்பாயா.. மன்னிப்பாயா.. பாடலின் கதாநாயகனின் வரிகளில் வருவது போல..

"கண்ணே தடுமாறி நடந்தேன்
நூலில் ஆடும் மழையாகிப் போனேன்
உன்னால்தான் கலைஞனாய் ஆனேனே
தொலை தூரத்தில் வெளிச்சம் நீ
உனை நோக்கியே எனை ஈர்க்கிறாயே.."

–கவிஞர்.. தாமரை, விண்ணைத்தாண்டி வருவாயா.

கலைஞனாவதற்குப் பதில் பெரிய தினைக்காப்பளானாக அல்லவா ஆகிவிட்டான் அவளால். குழலிக்கு இருக்கும் அதே காதலும், காமமும் அவனுக்கும் அவளின் பால் துளி கூடக் குறையாமல், அவளது நினைவு அவனை வாரிச் சுருட்டிக்கொள்கிறது.

அப்படிக் காதலர்கள் பிரிந்து இருந்தால் யாரிடம் புலம்புவார்கள்..? தோழமைகளிடம்தானே. எனவே அவனுடன் பொன்வயலுக்குப் பயணமான அவன் தோழன் ஆதனிடம்,

"ஆதா, எனக்குக் குழலியின் நினைவாகவே உள்ளது. அவளின்றி என் மனம் ஒரு நிலையில் இல்லை.. என் உயிரும் உடலும் அவளுக்காக ஏங்குகிறது. இந்தக் காதலும் காமமும் இருக்கிறதே.. இது.. இது..

ஒரு பெரிய நோயடா.. இதனை எங்ஙனம் எவரிடம் உரைப்பேன், என்னைப் பற்றி பிறர் என்ன எண்ணுவர்..? சொல்லடா.."

ஆதன், குன்றனின் களவு வாழ்க்கை பற்றி அறிவான். ஆகையால் அவனைச் சமாதானப்படுத்த நினைக்கிறான். அப்போது, அங்கே ஒரு முதிய மாடு புல்லை மெல்ல நுகர்ந்து கொண்டிருக்கிறது.

"குன்றா, காமம் என்பது நீ நினைப்பது போல நோய் அல்ல. அதனைப்பற்றி அறியாதவர்தாம் அதனை இகழ்ந்தும், பழித்தும், தூற்றியும் உரைப்பர்.. டேய், அங்குப் பாரேன்.. என்ன தெரிகிறது..?"

"ஆதூ, நான் என்ன சொல்கிறேன், நீ என்ன மாட்டைக் காட்டுகின்றாய்..?"

"குன்றா, உனக்கு மாடு மட்டும்தான் தெரிகிறது. ஆனால் சற்று உற்று நோக்கினால், அது வயதான மாடென்றும், அதற்குப் பற்கள் அத்தனையும் போய்ப் பல நாளாகியும் அந்த மேட்டு நிலத்தில், மூச்சு உஸ் உஸ் என வாங்கியும் மேலேறி வெடித்தெழுந்து சில நாட்களே ஆன இளம் புல்லை, மீள மீள முகர்ந்து, கொஞ்சமாய் மேய முற்படுகிறதை அறிவாய். அதனால் புல்லைக் கடித்து அசைபோட இயலவில்லை பற்கள் இல்லாததால்.. உதடுகளில் ஈரம் பட, நாவால் தடவித் தடவி, அந்த இன்பத்தைக் கற்பனையில் அசைபோட்டுக் கொண்டிருப்பதைப் பாரேன்.."

"அட ஆமாம் டா.. ஆதூ.."

"அதுபோலத்தான் குன்றா, இந்தக் காமமும், அது நோய் அல்ல; யோசித்துப் பார்த்தால் இந்த மூதா அதாவது முதிய பசு நாவினால் நக்கியே புல்லைத் தின்ற இன்பத்தை நினைவில் மீட்டிக்கொள்கிறதல்லவா? அவ்வளவுதான் காமமும். அது உடம்பினால் மீட்டிக்கொள்வது என்பதைக் காட்டிலும் நினைவினால் மீட்டிக்கொள்வது.." என்கிறான்.

அங்கு எப்படி குழலிக்கு, குன்றனின் நினைப்பே நோயும், மருந்தும் ஆனதோ, இங்குக் குன்றனுக்குக் குழலியின் நினைப்பு விருந்தானது.. அவள் நினைப்பினில் மூழ்கி விடுகிறான் குன்றன்.

இக்காலத்திலும் காதல் வாழ்வோ, திருமண வாழ்வோ, காதலர்களோ அன்றி கணவன் மனைவியோ பொருள் ஈட்டல் நிமித்தம், பணி நிமித்தம் பிரிந்து இருப்பது பொதுவான ஒன்றாகிறது.

மாமியாரும், மாமனாரும் பணி நிமித்தம் பல வருடங்கள் வெவ்வேறு ஊர்களில் வேலை செய்ய, சில மாதங்களுக்கொரு முறை

சந்தித்துக்கொண்டனர். பணி நிமித்தம் வேற்று நாடுகளில் பணிபுரிவர் சில வருடங்களுக்கொரு முறை சந்தித்துக்கொள்வதும், இன்றைய காலகட்டத்தில் சகஜமான ஒரு விஷயமாக ஆகிவிட்டது.

அவர்களுக்கிடையேயான காதல் பெரும்பாலும், நினைவுகளில் வாழ்கிறது. காதல் மலரினும் மெல்லியது. மனித வாழ்வியலுக்கு இன்றியமையாததாக இருக்கிறது. எப்படி ஒரு குறிப்பிட்ட காலத்தில் பூ மலருமோ, மலர்ந்து மகிழ்ச்சியை அளிக்குமோ அப்படியே காதலும்.

"மங்கல மாகி இன்றி யமையாது
யாவரும் மகிழ்ந்து மேற்கொள மெல்கிப்
பொழுதின் முகமலர் வுடையது பூவே"

–நன்னூல், பவணந்தி முனிவர்.

என்று புலவர் பூவின் தன்மையைக் கூறுவார். காதலும் அப்படித்தான், குறித்த காலத்தில் வெளிப்படும் மலரினும் மெல்லியதாக உள்ளது. காதலர் தம்மில் ஒருவரை ஒருவர் நினைத்தாலும் களிப்படைவர், கண்டாலும் பேரானந்தம் அடைவர், அல்லது நலம் என்று அறிந்தாலே தானும் நலமாவர். அந்த உணர்வைப் பிரதிபலிக்கும்

எனது கவிதையொன்று.. 'நலமறிந்த சமாந்தரம்'

"மழை முகிலின் இருள் கவியச்
சிறு தூற்றல்

அறிவும் உணர்வும்
ஒத்திசைவில் குவியுமோர்
காலக் கயிற்றிழுப்பில்
கலங்குகிறது சித்தம்

விலகித்தான் இருந்தாலும் நிழலிரண்டும்
சேர்ந்து அசைகின்றன

மனுஷப் பிசாசுகளின் பார்வைகள்
பகழித்திரளாய்க் குத்திக்
கழுக்கடைகளாய்த் துருவுகின்றன
இணை கொண்ட பொழுது

இருப்பினும்
கண்டங்களுக்கும் கடல்களுக்கும் அப்பால்
விடிந்துகொண்டிருக்கும் பகலின்
எனது இரவில்
நானும் நீயும் சமாந்தரமாய்

தொலை தூரத்துக் குரலழைப்பில்
அதிர்கிறது உடல்

மொழிகளற்ற வார்த்தைகளில்
நீ நலமென்பதறிந்ததும்
நானும் நலமாகிறேன்.''

—பிரியா பாஸ்கரன், யாம நுகர் யட்சி.

அப்படியான நினைவுகளில் ஓர் இன்பம், அதுவும் புதுமையின்பம். இத்தகைய புதுமையுடைய உணர்வுதான் 'காதல்'. இதைத்தான் பாங்கன் கூற்றாகக் குறிஞ்சித் திணையில், சங்கப் புலவர் மிளைப்பெருங்கந்தனார் குறுந்தொகை 204வது பாடலில் கூறியுள்ளார். அப்பாடல்..

''காமம் காமம் என்ப காமம்
அணங்கும் பிணியும் அன்றே நினைப்பின்
முதைச்சுவற் கலித்த முற்றா இளம்புல்
மூதா தைவந் தாங்கு
விருந்தே காமம் பெருந்தோ ளோயே.''

—மிளைப்பெருங்கந்தனார், குறுந்தொகை 204.

பெரிய தோளையுடைய தலைவ! காமம் காமம் என்று அதனையறியார் இகழ்ந்து கூறுவர். அக்காமமானது வருத்தமும் அன்று; நோயும் அன்று; ஆராய்ந்து பார்த்தால், பழைய மேட்டு நிலத்தில் தழைத்த, முதிராத இளம் புல்லை, முதிய பசு (பற்கள் இல்லாத முதிய பசு), நாவால் தடவி இன்புற்றாற் போல, நினைக்கும் காலத்து அக்காமம் புதிய இன்பத்தைத் தருவதாகும்.

"பழைய கொல்லையாகிய மேட்டு நிலத்தில் இளம்புல் வளர்ந்திருக்கிறது. ஒரு முதிய பசு அந்தப் புல்லைத் தின்பதற்கு

முயற்சி செய்கிறது. அந்த முதிய பசுவுக்குப் பற்கள் இல்லாததால் புல்லைக் கடித்து மென்று தின்று அதன் சுவையை நுகர முடியவில்லை. அந்தப் புல்லைத் தின்பதனால் கிடைக்கக்கூடிய சுவையை, அந்தப் பசு கற்பனை செய்துகொள்கிறது. அதைப்போல், காமமும் நமது நினைப்பின் அளவில் மட்டுமே இன்பத்தை அளிக்கின்றது. நமது அறிவால் அதை அடக்கிக் கொள்ள முடியும். அவ்வாறு, அறிவால் காமத்தை அடக்கினால் அந்த இன்பம் தோன்றாது" என்று தோழன் கூறுகிறான்.

இப்படியாகக் குன்றன் எப்பொழுதும் குழலியின் நினைவில் இருக்க, அவனது நிலையைக் கண்ட ஆதன் "எப்பொழுதும் அவளையே நினைத்துக்கொண்டிருக்கிறாயே!" என்று கண்டிக்கிறான்.

குன்றன் குழலியின் நினைவை விடுத்துப் பணியில் கவனம் செலுத்துவானா..? இல்லை பணியை இழப்பானா..? அன்றி ஆதனுக்கு அவன் சொன்ன மறுமொழி யாதாக இருக்கும்..?

10 - மயல் மாற்றும் மருந்தும் உளதோ..?

பொன்வயல் கிராமத்தில் மஞ்சள் வெயில் கண்ணாமூச்சி ஆடும் மாலையில் மரத்தடியில் ஆதனும், குன்றனும் அமர்ந்து உரையாடிக் கொண்டிருக்கும் போது குழலியின் நினைவில் உழன்று தவிக்கும் குன்றனைப் பார்த்து மனம் வருத்தமடைகிறான் ஆதன்.

அவனது இயங்கு சக்தியே குன்றன் அல்லவா.. குன்றனின் முகவாட்டத்தையும் மனவாட்டத்தையும் அறிந்தவன் அவனைத் தவிர வேறு யார் உளர்.. ஆதலால்

"குன்றா, எப்பொழுதும் அவளையே நினைத்துக் கொண்டிருக் கிறாயே!" என்று கண்டிக்கிறான்.

அப்பொழுது வேதம் கற்ற ஒருவர், அந்தப் பக்கம் நடந்து வருகிறார். அவர் வேதம் விதித்த முறைப்படி தனது அன்றாட 'நித்திய கர்மங்களை' நன்கு செய்பவர். அவரின் மேனி வெகு ஒடிசலாக இருந்தது. இடக்கையில் ஒரு குச்சியைப் பிடித்துக்கொண்டிருந்தார். வலக்கையில் உறியில் கட்டிய தூக்குபோல் ஒரு பாத்திரத்தைக் கட்டித் தொங்கவிட்டுப் பிடித்திருந்தார்.

அவரை ஏற்கனவே சிலமுறை ஆதனும் குன்றனும் மலையில் உள்ள முருகன் கோயிலில் பார்த்திருக்கிறார்கள்; ஓரிரு வார்த்தைகள் உரையாடியிருக்கிறார்கள். ஆதனுக்குக் குழப்பம் எப்படி இவரை அழைப்பது என..

"ஏ பாப்பாரப் பிள்ள" என்றா..? அவருடைய மரியாதைக்குரிய தோற்றமே ஆதனையும், குன்றனையும் மயங்க வைத்தது.

அந்தப் பார்ப்பனரும் தற்செயலாக அவர்கள் அமர்ந்திருக்கும் பக்கம் திரும்பிப் பார்த்தார். மரத்தடித் திண்ணையில் கால் நீட்டி உட்கார்ந்திருந்த குன்றன் சட்டென்று திண்ணையைவிட்டு இறங்கி

நின்றான். குன்றனே கீழிறங்கிய பின்னர், ஆதனும் இறங்கி நின்றான். புன்னகையுடன் அந்தப் பார்ப்பனர் வீதியைக் கடந்து அவர்களை நோக்கி வந்தார்.

“நலமாக இருக்கிறீர்களா?”

“நல்லா இருக்கோம்’ப்பா” என்றார்கள் பொதுவாக.

“என்ன இந்தப்பக்கம்?” குன்றன் வினவினான்

“ஆற்றங்கரைக்குச் செல்கிறேன். தியானம் செய்யவேண்டும்”.

“கையில ஒரு சுவடியும் இல்லையே..”.

பார்ப்பனர் ஒரு சிரிப்புடன், “எல்லாம் மனப்பாடம்தான்..” என்கிறார்.

“வெளியூர்ல படிக்கும்போதுகூட ஓலச்சுவடி இருக்காதா..?”

“எப்பொழுதுமே எங்களுக்கு வாய்மொழிக் கல்விதான். எழுதிப்படிப்பது கிடையாது”

அப்பொழுது ஆதன், “ஐயா, ஒரு சந்தேகம்..”

“என்ன? நீங்களா என்னை ஐயா என்று அழைப்பது..?"

அன்றொரு நாள் கோயிலில், குன்றனும் தானும் அவரைப் பார்ப்பாரபிள்ளை என அழைத்து, ஏதோ விளித்தது நினைவில் ஆடியது..

“ஐயா, என்பது என்னைச் சங்கடத்தில் ஆழ்த்துகிறது. எப்போதும்போல பாப்பாரப்பிள்ளை என்றே என்னை அழைக்கலாம்..”

“என்ன இருந்தாலும் நீங்க நன்கு கற்றுத் தேர்ந்தவர்.. உங்களை எப்படி..?” எனத் தயங்கினான் ஆதன்.

“சரி, சந்தேகம் என்று ஏதோ சொன்னீர்களே?”

“ஒங்க கையில அது என்னங்க குச்சி. இந்த ஊருல ஒங்க சொந்தக்காரங்க யாரும் இத வச்சுக்கிறதில்லையே?”

“இதுவா, இது தண்டு. காடு, மலை, சுரமென்று தொடர்ந்து அலைந்து திரிவதால் கையில் எப்பொழுதும் வைத்திருப்பேன். சிவப்புப்பூ பூக்கும் பூவரசு மரத்துக் கிளையை ஒடித்துப் பட்டையை நீக்கி இதனைச் செய்வோம்”

“அது என்ன கையில ஒரு சொம்பு..?”

அவர் மீண்டும் சிரிப்புடன், "நோன்பில் இருப்பவர்கள் வைத்திருப்பார்கள். இதில் புனித நீர் உண்டு. மதச் சடங்குகளின் போது பயன்படுத்துவோம்.."

ஆதன், "இன்னும் நீங்கள் என்ன கேள்வி எனக் கேட்கவில்லை..?

"எனக்கு இவனப்பத்திக் கொஞ்சம் கவலை. நீங்க ஏதாவது செய்யமுடியுமா?"

"ஆதூ, சும்மாயிருடா அதிகப்பிரசங்கி" என்று அவனை அதட்டுகிறான் குன்றன்.

"நீங்கள் சொல்லுங்கள். இவருக்கு நான் என்ன செய்யவேண்டும்?".

"இவன் ஒரு பொண்ண விரும்புறான். கொஞ்ச நாளா அந்தப் பொண்ண இவனால பாக்க முடியல்ல...மயலாக.. அதான் மயக்கத்தில இருக்கான்"

"அதற்கு நான் என்ன செய்யவேண்டும்?"

"நீங்க படிச்சிருக்கங்க'ல்ல, அந்த வேதப் பாடத்துல இவங்களச் சேத்துவைக்க ஏதாவது மந்திரம் இருக்கா?"

அவர் இளமுறுவலுடன், தண்டைப் பிடித்த கையை மேலே உயர்த்திக் காட்டி, பின்னர் இரு கைகளையும் எடுத்து மேல் நோக்கியவாறு கும்பிடுவதுபோலக் காண்பிக்கிறார். குன்றன் தோளைத் தட்டிக்கொடுத்துவிட்டுப் பின்னர் திரும்பிச் சென்றுவிட்டார்.

"குன்றா, என்ன சொல்லிட்டுப்போனாரு அந்த பாப்பாரப் பிள்ள..? புரிஞ்சமாதிரியும் இருக்கு, புரியாது போலவும் இருக்கு.."

"ஆதூ, கற்ற வேதங்களில், பிரிந்தவர்களைச் சேர்த்துவைக்கும் மருந்தும் உண்டா..?இல்லைதானே. அதைத்தான் அவர் சொல்லாமல் சொல்லிவிட்டுப் போகிறார். அதனால் நீ என்னைக் கடிந்துரைப்பதில் என்ன பயன்?" என்கிறான்..

பார்ப்பனர், பார்ப்பான் என்பது மரியாதைக் குறைவான சொல்லா..? அன்று நல்ல தமிழ்ச்சொல், இலக்கியத்தில் ஆளப்பட்டுள்ள தூய தமிழ்ச் சொல். அதன் பொருள் என்ன எனக் கேள்வி எழலாம்..

"அறுவகைப் பட்ட பார்ப்பனப் பக்கமும்
ஐவகை மரபின் அரசர் பக்கமும்
இருமூன்று மரபின் ஏனோர் பக்கமும்

மறுவில் செய்தி மூவகைக் காலமும்
நெறியின் ஆற்றிய அறிவன் தேயமும்
நாலிரு வழக்கின் தாபதப் பக்கமும்
பாலறி மரபின் பொருநர் கண்ணும்
அனைநிலை வகையொடு ஆங்கெழு வகையால்
தொகைநிலை பெற்றது என்மனார் புலவர்''

– தொல்காப்பியம், பொருளதிகாரம் 74.

தொல்காப்பியர் இந்த நூற்பாவில், ஓதல், ஓதுவித்தல், வேட்டல், வேட்பித்தல், ஈதல், ஏற்றல் என்னும் ஆறு தொழிலை உடையது பார்ப்பன வாகை என்கிறார். (வேட்டல் வேள்வி செய்தல், வேட்பித்தல் வேள்வி செய்வித்தல்).

குன்றன் சொல்வது போலப் பணி நிமித்தமாகவோ, பொருள் ஈட்டவோ பிரிந்து இருக்கும் காதலர்களையும், கணவன் மனைவியையும் சேர்த்து வைக்கும் மருந்து இந்தக் காலத்திலும் இல்லை என்றாலும், புலனம்(WhatsApp), காயலை(Skype), பற்றியம்(Messenger), படவரி(Insta gram) போன்ற சமூக ஊடகங்கள் மூலம் ஒருவரையொருவர் பார்த்து உரையாட முடிவதில் பிரிவுத் துயரைச் சிறிதேனும் குறைக்கலாம்.

குன்றன் மனநிலையைத்தான் பிரதிபலிக்கிறது தலைவன் கூற்றாகக் குறிஞ்சித் திணையில் சங்கப் புலவர் பாண்டியன் ஏனாதி நெடுங்கண்ணனார் எழுதிய, குறுந்தொகைப் பாடல் 156. அப்பாடல்..

''பார்ப்பன மகனே பார்ப்பன மகனே
செம்பூ முருக்கி னன்னார் களைந்து
தண்டொடு பிடித்த தாழ்கமண் டலத்துப்
படிவ உண்டிப் பார்ப்பன மகனே
எழுதாக் கற்பி னின்சொல் உள்ளும்
பிரிந்தோர்ப் புணர்க்கும் பண்பின்
மருந்தும் உண்டோ மயலோ விதுவே.''

–பாண்டியன் ஏனாதி நெடுங்கண்ணனார்,
குறுந்தொகை 156.

பார்ப்பன மகனே! பார்ப்பன மகனே! சிவந்த பூவையுடைய புரச மரத்தினது, நல்ல பட்டையை நீக்கிவிட்டு, அதன் தண்டோடு ஏந்திய,

தாழ்கின்ற கமண்டலத்தையும் விரத உணவையுடைய, பார்ப்பன மகனே! வேதத்தையறிந்த உன்னுடைய சொற்களுள், பிரிந்த தலைவியையும் தலைவரையும் சேரச் செய்யும் தன்மையையுடைய மருந்தும் உளதோ? அது இல்லாவிட்டால், நீ என்னைக் கடிந்துரைத்தலால் வரும் பயன் யாதும் இல்லை.

கற்பு என்ற சொல்லுக்குக் கல்வி அல்லது நீதிநெறி என்று பொருள் கொள்ளலாம். பழங்காலத்தில், வேதம் எழுதப்படாமல் வாய்வழியாக ஒருவரிடமிருந்து ஒருவர் கற்றுக்கொண்டதால் அது "எழுதாக் கற்பு" என்று குறிப்பிடப்பட்டுள்ளது.

முருக்கு என்றால் புரச மரம். இம்மரம் முருகனுக்கு விழைவாயும் சொல்லப்படும். சென்னைப் புரசைவாக்கம் கங்காதீசர் கோயில் தலமரம் இந்தச் செம்முருக்கே. சென்னைப் புரசை வாக்கத்தின் பெயர்கூட இம்மரத்தால் தான் ஏற்பட்டது. அக் கோயிலுக்குப் போனால் பூக்கும் காலத்தில் செக்கச்செவேலென மரத்தைக் காணலாம்.

மீண்டும் ஆதனிடம் வருவோம்.. அவன் குன்றனிடன் பிறகு இதற்கு என்னதான் தீர்வு எனக் கேட்கிறான். அதற்கு அவன், இப்போது அறுவடைக் காலமாதலால் என்னால் ஓர் அடி கூட இங்கிருந்து எங்கும் செல்ல இயலாது. எனக்காக ஓர் எட்டு நீ அங்குச் சென்று குழலி எப்படி இருக்கிறாள் எனப் பார்த்து வருவாயா எனக் கேட்கிறான்.

நண்பனுக்காக ஆதன் தூது செல்வானா..? அன்றி மறுப்பானா..?

11 - தைவரல் ஊதையும் இன்னா தரும்..

பூங்குன்றனின் ஆதங்கத்தைத் தாங்காத ஆதன், இனி இவனுக்கு எந்தச் சமாதானமும் சொல்ல இயலாது என்றும் காதல் படுத்தும் பாட்டில் இவன் படும் பாட்டை ஒரு கணமும் பார்க்க இயலாதென்றும் நினைக்கிறான். அவனுக்காகப் பிழைப்புக்கு வந்த பொன்வயல் கிராமத்திலிருந்து பூங்குழலியைச் சந்திக்க அவள் ஊரான இரணிய முட்டத்துக்குக் குன்றன் வழியனுப்பி வைக்கக் கிளம்புகிறான்.

வரும் வழியில் குழலியின் ஊர்க்காரத் தோழனை எதேச்சையாகச் சந்திக்க, பேச்சுவாக்கில் குழலி தனது தோழி ஆதனியுடன் தனது அத்தை ஊரான அலைவாய் என்ற கிராமத்துக்குச் சென்றதாகத் தெரியவருகிறது. மீண்டும் நைசாகப் பேசி உறுதி செய்துகொண்டு அவர்களைச் சந்திக்க அலைவாய் கிராமம் நோக்கிப் பயணமாகிறான் ஆதன்.

அந்த ஊர் கடற்கரையை ஒட்டி அமைந்த அழகிய கிராமங்களில் ஒன்று. அலைகள் மற்றும் கரையோர நீரோட்டங்களின் செயல்பாட்டால் சிறியதும் பெரியதுமான உப்பங்கழிகள் நிறைந்த ஊர். அதனால்தான் அலைவாய் என்ற பெயர்..

அந்த உப்பங்கழிகளில் நீல மணிகள் போன்ற நெய்தல் மலர்கள் பூத்துத் தலை அசைத்துக்கொண்டிருக்கின்றன. அவ்வழகை இரு விழிகளில் நிரப்பி மெல்ல நடந்து வரும்பொழுது அம்மலர்களுக்கருகில் கருவண்டு விழிகளுடன் பெண்ணொருத்தி நிற்பதைக் கண்டு அங்குச் செல்கிறான்.

அருகே சென்ற உடன்தான் அவள் ஆதனி எனத் தெரிகிறது. அதே நேரத்தில் அவளும் ஆதனைக் கண்டுவிட்டு..

"ஆதா, நீயா? அப்பாடா வந்தாயே!" எனப் பெருமூச்செறிகிறாள்.

“நலமா. ஆதனி..? ஆச்சரியமாக இருக்கிறதே!. குழலி இல்லாமல் உன்னைத் தனித்துக் காண்பதென்பதே அதிசயமாக இருக்கிறது..”

“ஆதா, எல்லாம் உன் நண்பன் குன்றன்தான் காரணம்..”

“என்ன சொல்கிறாய் ஆதனி.. அவனா..?”

“அட ஆதா, உனக்குத் தெரியாததா..? அவள் குன்றனுடன் களவொழுக்கத்தில் வாழ்ந்தாள் என்பதை நீயும் அறிந்திருப்பாய். அவள் அந்த நாள்களை எண்ணி எண்ணி குன்றனின் நினைவால் மிகுந்த துயரத்தில் இருக்கிறாள். என்னால் அவள் படும் வேதனையைக் காணச் சகிக்கவில்லை. அதனால்தான் இங்கு வந்தேன் இதற்கு என்ன தீர்வு எனத் தனிமையில் யோசிக்க..”

“இங்கு இருக்கும் இந்தக் கரிய உப்பங்கழியில் நீல மணிகளாய் மின்னும் நெய்தல் மலர்களைப் பாரேன். இவை மாலை நேரத்தில் கூம்பும். மலர்கள் கூம்பும் அந்த நேரத்தில் பொங்கும் கடல் அலைகளின் நீர்த்துளிகளை அள்ளியெடுத்து ஊதையும் அதாவது வாடைக்காற்றும் வீசும். அப்படி வீசும் காற்று குழலியின் மெல்லிய உடலைத் தீண்டும் பொழுதெல்லாம் அவள் காதல் நோயாலும், குன்றனின் நினைவாலும் அவதிப்படுகிறாள்.”

“என்ன சொல்ல.. மனமாற்றத்துக்காக வந்த இந்த ஊர் பேரழகுதான். ஆனால், இந்த வாடைக்காற்று அவளுக்குப் பெரும் துன்பத்தை அல்லவா தருகிறது. அப்படிப்பட்ட இந்த அலைவாயிலூரில் இன்னும் கொஞ்ச நாள்களே இருக்கமுடியும்.. இல்லையில்லை.. இன்னும் கொஞ்ச நாள்களே அவள் உயிர் வாழ முடியும்..”

ஆதா, “இனிமேல் களவொழுக்கம் நீடிப்பதைக் குழலி விரும்பவில்லை. அவள் விரைவில் அவனைத் திருமணம் செய்து கொள்ளவிரும்புகிறாள். திருமணத்துக்கான முயற்சிகளைக் குன்றன் செய்யாததைக் கண்டு குழலி மிகவும் வருந்துகிறாள். அவளின் துயரத்தைக் கண்டு இனிமேல் சும்மா இருக்க மாட்டேன்.”

“எங்கே குன்றன்..? அவனும் வந்து இருக்கிறானா. என் கண்ணில் படாமல் மறைவாக நிற்கிறான் போலும். இனிமேல் அவர்களை இப்படிச் சந்திக்க விடமாட்டேன் என ஏற்கெனவே ஒரு பௌர்ணமி நாளன்று சொன்னதை அவன் மறந்திருக்க வாய்ப்பில்லை..” எனப் படபடக்கிறாள் ஆதனி.

வாடைக்காற்று காதலர்களை வாட்டுகிறது என்பதை ஆதனி சொன்னவுடன் எனக்கு

"வாடைக் காற்றுக்கு
வயசாச்சு வாழும் பூமிக்கு
வயசாச்சு கோடி யுகம்
போனாலென்ன காதலுக்கு
எப்போதும் வயசாகாது..

எனக்கே எனக்கா
எனக்கே எனக்கா
நீ எனக்கே
எனக்கா..மதுமிதா.. மதுமிதா.."

என்ற ஜீன்ஸ் படப்பாடல் வரிகளில் அதே ஏக்கத்தையும், ஏக்க நிமித்தத்தையும் புரிந்து கொள்ள முடிந்தால், நான் எழுதிய ஒரு கவிதையில் அதை உணர முடியும்.. 'நிழல் விரிக்கும் நீலாம்பரி'

"இன்று
உனக்கான அன்பை எழுதக் கூடாதெனத்
தீர்மானிக்கிறது மனது

மூளையின் முகப்பில்
அச்சடித்து மாட்டிக்கொள்கிறேன்
தீர்மானத்தை

மைத்தூவலை ஒதுக்கி எட்டிப்பார்க்கிறேன்
இரவின் கனவில்

வானவெளியில்
இரவைப் பகலாக்கிக் கொண்டிருக்கிறது
நிலவு

கண்விழிக்குள் மின்னலாய்
வெட்டி மறைகிறது
அன்றலர்ந்த ஆம்பலாய்
முகம்

காற்று சன்னதம் ஆடுகிறது
பிரத்யேக வெண்கலச் சிரிப்பு மோதுகிறது

செவிப்பறையில்

தலையசைக்கின்றன
மஞ்சள் ஹார்டி மம்ஸ்கள்

இழுத்தணைக்காமல் தழுவுகின்றன
சொற்களற்ற அன்பு

சிறுகல் குத்திய கால் முறுகுகிறது
மனது முழுவதும்
விரிவுரை நினைவுப் பாரம்
தணலாக

எல்லைகளற்று விரிகிற மேதினியில்
சிக்குண்டு தவிக்கிறேன்
அதே நினைவுகள்
பெருமரமாய் நீலாம்பரி இசைக்கிறது
நிழல்கள் விரித்து."

—பிரியா பாஸ்கரன், சலனமின்றி மிதக்கும் இறகு.

இந்தக் கவிதை சொல்லும் இரங்கலும் இரங்கல் நிமித்தத்தையும், அதாவது குழலியின் வருந்தலும், வருந்தல் நிமித்தத்தையும் தான் அன்றே நெய்தல் திணையைப் பாடும் ஆற்றல் மிகுந்த சங்ககாலப் புலவர் நெய்தற் கார்க்கியர் நெய்தல் திணையில், தோழி கூற்றாகக் குறுந்தொகை 55 ஆவது பாடலை எழுதியுள்ளார். அப்பாடல்..

"மாக்கழி மணிப்பூக் கூம்பத் தூத்திரைப்
பொங்குபிதிர்த் துவலையொடு மங்குல் தைஇக்
கையற வந்த தைவரல் ஊதையொடு
இன்னா உறையுட் டாகும்
சின்னாட் டம்மவிச் சிறுநல் லூரே."

—நெய்தற் கார்க்கியர், குறுந்தொகை 55.

கரிய உப்பங்கழியில் உள்ள நீலமணி போன்ற நெய்தல் மலர்கள் கூம்பும் மாலை நேரத்தில், தூய அலைகளிடத்திலிருந்து பொங்கிவரும் நீர்த்துளிகளோடு பொருந்திய மேகத்தோடு கூடிய வாடைக்காற்று தங்கள் காதலர்களைப் பிரிந்தவர்கள் செயலறுமாறு வீசுகிறது. இத்தகைய துன்பங்களைத் தரும் இந்தச் சிறிய நல்ல ஊரில், இன்னும் சிலநாட்களே வாழமுடியும்.

மணிப்பூ என்பது நீலமணி போன்ற முள்ளி அல்லது நெய்தல் மலரைக் குறிப்பதாகக் கொள்ளலாம். "கூம்ப" என்று கூறியது மலர்கள் கூம்பும் மாலை நேரத்தைக் குறிக்கிறது. "இன்னாவுறையுட்டாகுஞ் சின்னாட்டம்ம இவ்வூர்'" என்று ஊரைக் குறிப்பிட்டாலும், தலைவி இன்னும் சில நாட்களே இவ்வூரில் உயிர் வாழ்வாள்; அந்தச் சிலநாட்களும் துன்பம் தரும் இயல்புடையவை" என்று தோழி கூறுவதாகப் பொருள்கொள்வது பொருந்தும். அதனால், தலைவன் தலைவியை விரைவில் திருமணம் செய்துகொள்ளவேண்டும் என்று தோழி வலியுறுத்துவதாகத் தோன்றுகிறது.

"சிறு நல்லூர்" என்று கூறியதால், இன்னா உறையுளும், சில நாட்களாதலும் ஊரின்மேல் உள்ள குறையன்று என்று தோழி கூறுவதாகத் தோன்றுகிறது.

மீண்டும் ஆதனிடம் வருவோம். ஆதனி சொல்வதையெல்லாம் கேட்டு ஆதன் பிரமித்துப் போய் நிற்கிறான்.. "ஆகா, குழலிக்கும், குன்றனுக்கும் என்னே! பொருத்தம்! அவனின் காதல் நோய் பார்த்துவிட்டு அல்லவா நானே இங்கு வந்தேன். இங்கு பார்த்தால் குழலியும் அல்லவா தவிக்கிறாள்.."

பொறுமை இழந்த ஆதனி, "ஆதா என்ன நீ..? நான் பாட்டுக்குப் புலம்பிக்கொண்டு இருக்கிறேன், நீ கல்லாட்டம் சமைந்துபோய் நிற்கிறாய்... ஏதாவது செய்தி சொல்லேன்.."

என்ன செய்தி ஆதன் சொல்லப்போகிறான்..? ஆதனி அதனைக் கேட்டு மகிழ்வாளா..? இல்லை இவன் வராமலே இருந்திருக்கலாம் என வைவாளா..?

12 - அகவன் மகளே.. பாடுக பாட்டே..!

ஆதனி சொன்னவற்றைக் கேட்டு ஆதன் சொல்கிறான், குன்றனும் குழலியின் நினைப்பில் இருப்பதாலேயே அவளைப் பார்த்துவிட்டு அவனது பெற்றோர்களிடம், "திருமணத்தைப் பற்றிச் சொல்வதற்கே நான் இங்கு வந்துள்ளேன்" என்கிறான்.

ஆதனி இந்தச் செய்தியைக் கேட்டதும் ஆதா, "மிகவும் மகிழ்ச்சியான செய்தியை அல்லவா சொல்லி இருக்கிறாய்.. உனக்குக் கோடான கோடி நன்றி, நன்றி, நன்றி.. ஆதவா.. உன் வாய்க்குப் படி சர்க்கரை கொட்டினாலும் பத்தாது.. தட்டாமாலையாய்ச் சுழன்ற குழப்பங்கள் எல்லாம் தீர்ந்து ஒரு நிலைக்கு வந்ததாகத் தோன்றுகிறது. இதை முதலில் குழலிக்குச் சொல்ல வேண்டும்.."

"ஆதனி, கொஞ்சம் பொறு. நான் இவர்கள் காதலைக் குன்றனின் பெற்றோர்களுக்குச் சொல்வதற்கு முன், குழலியின் பெற்றோர்கள் இதனை எப்படி எடுத்துக்கொள்வார்கள் என அறிய வேண்டுமல்லவா..?"

"உனக்கு நாங்கள் ஏன் அலைவாயில் வந்தோம் எனத் தெரியுமா ஆதா..?"

சிலவாரங்களுக்கு முன் இரண்யமுட்டத்தில் நடந்த நிகழ்வை ஆதனி சொல்கிறாள்..

"குழலியின் காதலும், அவள் வேதனைக்குக் குன்றனின் பிரிவே காரணம் என்பதை அறிந்தவள் நான் மட்டுமே. இல்லத்தில் அவளது தாயார் மாதேவி அம்மாவும், அவளது செவிலித்தாயான முத்தழகு அம்மாவும், அவளது சொந்தங்களும் குழலியின் முகவாட்டத்துக்கு என்ன காரணம் எனத் தெரியாமல் தவிக்கும் தவிப்பை என்னால் சீரணிக்க இயலவில்லை.

தன் பெற்றோர்களிடம் வந்து முறையாகத் தன்னை மணந்து கொள்வதற்கான ஏற்பாடுகளைக் குன்றன் செய்வான் என்று எதிர்பார்த்துக் குழலி காத்திருந்தாள். ஆனால், அவனைக் காணவில்லை. தன் காதலனைச் சில நாட்களாகக் காணாததால் குழலியிடம் எப்பொழுதும் குடிகொண்டிருக்கும் சுறுசுறுப்பும், மகிழ்ச்சியும் இல்லாமல், அவள் உடம்பிலே சில வேறுபாடுகள் வேறு தோன்ற ஆரம்பித்துவிட்டன. உண்ணாமல் உறங்காமலிருந்து வருந்தி உடல் மெலிந்து காணப்பட்டாள்.

எடை குறைய ஆரம்பித்து, நிலவொளியாய் மின்னும் அவள் தோலின் பொன் நிறம் மங்க ஆரம்பித்தது. அவள் எப்பொழுதும் தனிமையையே விரும்புகிறாள். அவள் கலகலப்பாகவும் இல்லை. யாரோடும் உரையாடுவதுமில்லை. எதையோ பறிகொடுத்து வானத்தைப் பார்த்துக்கொண்டு இருப்பதுபோலக் காட்சி அளிக்கின்றாள்.

அப்பொழுது இந்த மாதேவி அம்மாவும், முத்தழகு அம்மாவும், என்ன நினைத்தார்கள் என்றால்.. இவளுக்கு ஏதோ மோகினி பிடித்துவிட்டதோ? காரணம் என்னவோ.. தெரியவில்லையே என அச்சம் கொண்டார்கள். இவள் எப்பொழுதும் தானாகச் சிரிக்கிறாள், தானாக நடக்கிறாள், தனி இடத்திலே உட்கார்ந்து இருக்கிறாளே ஏன், என்ன? என்று சொல்லி, நகமும் சதையுமாய் ஒட்டித்திரியும் உனக்கு தங்கள் மகளின் மனநிலை பற்றித் தெரியாமல் இருக்க வாய்ப்பில்லை, என்னதான் நடக்கிறது என என்னை நச்சரிக்க ஆரம்பித்து விட்டார்கள்.

குழலியின் நிலையைக் கண்ட மாதேவி அம்மா, தன் மகளுக்கு ஏதோ நோய் வந்துவிட்டது என்று எண்ணினார்கள். தன் மகளின் நிலையைப் பற்றிச் செவிலித்தாய் முத்தழகோடு கலந்து ஆலோசித்தார்கள். கட்டுவிச்சியை அழைத்துக் குறி சொல்லச் சொன்னால் குழலியின் நிலைக்குக் காரணம் என்ன என்பது தெரியும் என்று இருவரும் முடிவும் செய்தார்கள்.

எனக்கும் குழலியின் காதல், விரைவில் திருமணத்தில் முடிந்து விட்டால் சுபம் எனத் தோன்றியது. இப்பொழுதாவது நான் அறத்தொடு நிற்க வேண்டுமல்லவா..? அறத்தொடு நிற்றல் என்றால்.. களவை வெளிப்படுத்தல் என்று கூறாமல் அறத்தொடு நிற்றல் என்பது சிறப்பாகும். தலைவியின் கற்பு அறத்தைக் காப்பதற்காகக் களவு உண்மையை வெளிப்படுத்துவதால் இது அறத்தொடு நிலை என்று சொல்லப்படுகிறது.

ஏனென்று சொன்னால், குன்றனும், தானும் காதலிக்கிறோம் என்ற செய்தியை நேரடியாகக் குழலியால் ஒரு பொழுதும் தங்கள் பெற்றோரிடம் சொல்ல இயலாது. ஆதலால், குழலியின் மாற்றத்திற்கான உண்மைச் செய்தியைத் தாய்மார்களிடம் சொல்லிவிட்டேன். அவளது நேசத்தை வீட்டினர்க்குப் பறை சாற்றிவிட்டேன்.

எங்கள் ஊரிலே மனவுகோப்பு போன்ற, அதாவது வெண்மையான சங்கு மணி போன்ற நெடுங்கூந்தலையுடைய, வயதில் மூத்த கட்டுவிச்சி, கட்டுவிச்சி என்றால் குறிபார்க்கும் பெண்ணான குறத்தி வள்ளியை அழைத்துவந்துவிட்டார்கள் குறிபார்க்க.

அப்படி அந்தக் குறத்தியை அழைத்து முறத்திலே நெல்லைப் பரப்பி, அவள் அந்த நெல்லைக் கூறு போட்டுப் பார்த்து அவள் குறி சொல்லுவது வழக்கம். அந்தக் குறியைக் கேட்டு, பிறகு வேலன் என்று சொல்லக்கூடியவனை அழைத்து வெறியாடல் செய்து, இது முருகனால் ஏற்பட்ட ஓர் அணங்கு, ஆகையினால் இதை இப்படிச் செய்தால், இப்படிப் பரிகாரம் செய்தால் நீங்கிவிடும் என்பது போல அவள் சொல்லுவாள். இது எங்கள் ஊர்ப்பழக்கம்.

இந்தக் குறத்தியும் முறத்தில் நெல்லைப் பரப்பி, தெய்வங்களை அழைத்து வர்ணித்துப் பாடினாள். முறத்திலே நெல்லைப் போட்டு, அதை எண்ணி, அதனால் வருகின்ற சில நிமித்தங்களை அறிந்து, இவள் முருகனால் அணங்கப்பட்டாள் என்று கூறினாள். அதைக் கேட்ட தாயார்கள் வேலனை அழைத்து வெறியாட்டு எடுத்தார்கள்.

இந்தக் கட்டுவிச்சியும் வேலனும் தாம் பார்த்த கட்டினாலும், கழங்கினாலும் தெய்வத்துக்குச் சிறப்பு செய்யாக்கால் மையல் தீராது. இவளது மயக்கம், இவளது கலக்கம், இவளது மாறுபாடு தீராது. ஆகையினால் தெய்வத்துக்குச் சிறப்பு செய்ய வேண்டும் எனச் சொல்லிவிட்டு இருவரும் ஒத்த கருத்தைச் சொன்னார்கள்.

குறத்தி குறிசொல்வதற்குமுன், முருகனையும் அவன் வாழ்கின்ற மலைகளையும் பற்றிப் பாடினாள். குன்றன் வாழும் வந்திகை மலைக் கிராமத்தில் உள்ள மலையைப் பற்றிக் கட்டுவிச்சி பாடியவுடன், குழலி புன்முறுவல் பூத்தாள். கட்டுவிச்சி மீண்டும் அந்த மலையைப் பற்றிப் பாடினாள், குழலியின் மகிழ்ச்சியைக் கண்டு, அவளது செவிலித்தாயும், தாயும் அந்த மலையில் வாழும் தலைவனுக்கும் குழலிக்கும் உள்ள தொடர்பைப் பற்றிப் புரிந்துகொள்வார்கள் என்று எண்ணினேன்".

குறத்தி என்னவெல்லாம் பாடுவாள் எனக் குமரகுருபர சுவாமிகள் "மீனாட்சியம்மை குறம்" என்று சொல்லக்கூடிய நூலிலே மிகவும் அருமையாக ஒரு பாடலைப் பாடியிருக்கிறார்.

தென்பாண்டியில் உள்ள தென்கைலாயத் தலத்தில், வேளாளர் குலத்தில் திருவாளர் சண்முக சிகாமணிக் கவிராயருக்கும், திருவாட்டி சிவகாமியம்மையாருக்கும் மகவாய்த் தோன்றியவர் குமரகுருபர். ஐந்து வயதுவரை ஊமையாக இருந்து, முருகன் அருளால் பேசும் திறனைப் பெற்ற குமரகுருபர், முருகன் மேல் முதன்முதலில் 'கந்தர் கலிவெண்பா' என்ற நூலை அருளினார். அதன் பிறகு மீனாட்சியம்மைப் பிள்ளைத்தமிழ், முத்துக்குமார சுவாமி பிள்ளைத்தமிழ், மதுரைக் கலம்பகம், நீதிநெறி விளக்கம், மதுரை மீனாட்சியம்மை குறம் போன்ற பல புகழ் பெற்ற இலக்கிய வகைகளைத் தமிழுலகுக்கு வழங்கியுள்ளார். அவற்றுள் மதுரை மீனாட்சியம்மை குறம் 51 பாடல்களைக் கொண்டு, இலக்கிய நயத்துடனும், பக்திச் செறிவுடன் இலங்குகின்றது.

மீனாட்சியம்மை குறத்தில் குறி சொல்லத் தொடங்கும் முன் குறத்தி, தரையை மெழுகிக் கோலமிட்டு, பிள்ளையார் பிடித்து வைத்து, அதற்கு நிறைகுடம் வைத்து, நிறைநாழியால் நெல்லளந்து வைத்து, விளக்கேற்றி வைத்து, பலவகையான பொருட்களை வைத்து வழிபட்டு, பிறகு அங்கயற்கன்னியம்மையின் கையைப் பார்த்துக் குறி சொல்லத் தொடங்குகின்றாள். சந்த நயம் நிறைந்த அந்தப் பாடல்..

"முந்நாழி முச்சிறங்கை நெல்லளந்து கொடுவா
முறத்திலொரு படிநெல்லை முன்னேவை யம்மே
இந்நாழி நெல்லையுமுக் கூறுசெய்தோர் கூற்றை
யிரட்டை படவெண்ணினபோ தொற்றைபட்ட தம்மே
உன்னாமுன் வேள்விமலைப் பிள்ளையர்வந் துதித்தா
ருனக்கினியெண் ணினகரும மிமைப்பினிற்கை கூடும்
என்னாணை யெங்கள்குலக் கன்னிமா ரறிய
வெக்குறிதப் பினுந்தப்பா திக்குறிகா ணம்மே."

–குமரகுருபர், மீனாட்சியம்மை குறம், 26.

எந்தக் குறி தப்பினாலும் என் குறி தப்பாது. பிள்ளையாரே வந்து தோன்றி உனக்குச் சொன்னார். இரட்டையாக நெல்லை பிரிக்கலாம்

என்று சொன்னால் அது ஒற்றையாக வந்து நிற்கிறது என்று குறி பார்த்தவள் சொன்னதாக மீனாட்சியம்மை குறத்திலே மிக அழகாகச் சொல்லுகிறார் குமரகுருபர்.

அதுபோல அகவல் என்று சொன்னாலே அழைத்தல் பொருள். ஆகையினால் தான் ஆசிரியப்பாவிற்கான ஓசையைக்கூட அகவல் ஓசை என்று சொல்வது. எப்படியென்றால் தானாகச் சொல்லிக்கொண்டே இருப்பது, வர்ணித்துச் சொல்வது. ஒரே ஆளை வர்ணித்துப் பேசினால் அதற்குப் பெயர் அகவல் பெயர். அப்படிப்பட்ட அகவல் ஓசையை உடையதுதான் இந்த ஆசிரியப்பா.

ஆதலால் நான் கட்டுவிச்சியிடம், "குன்றனின் புகழைச் சொல்லுகின்ற பாட்டை நீ பாடு.. ஏன் என்று சொன்னால் உன்னை அழைத்து இவர்கள் குறி கேட்கிறார்கள். அந்தக் குறியை நீ சொல்வதற்கு முன்னாலே நான் இவள் குறியீடு என்ன என்பதைச் சொல்லுகிறேன்.. ஆகவே, அந்த மலையைப் பற்றி மீண்டும் மீண்டும் நீ பாடு என்றேன். எதைப் பாடுவதென்றால்.. நீ பாடுகின்ற பாடல்களிலே அவளுடைய நல்ல நெடிய குன்றத்தைப் புகழ்ந்து பாட வேண்டும். எவருடைய குன்றத்தை..? அவளுடைய தலைவனாகிய குன்றனின் குன்றத்தைப் புகழ்ந்து பாட வேண்டும். அந்த மலையைப் புகழ்ந்து பாடு, அப்படிச் சொல்வதினாலே, மறைமுகமாக என்ன தெரியவரும்..?

இவள் யாரோ ஒரு குறிஞ்சி நிலத்தலைவனைக் காதலிக்கிறாள். ஆகையினால்தான் இவளுக்கு மெய் வேறுபாடு இருக்கிறது. ஆகக் கட்டுவிச்சியை அழைத்து நாம் குறிபார்த்தும் பயனில்லை என்று கருதிய பெற்றோர், உடனே அவளுக்குத் திருமண ஏற்பாட்டைச் செய்வார்கள்.." என்றேன்.

இக்காலத்திலும் நம் மக்கள் சோதிடத்தில் நம்பிக்கை கொண்டவர்கள். ஜாதகத்தை எடுத்துக்கொண்டு..எனக்கு எப்போது வேலை கிடைக்கும், வெளிநாடு செல்லும் வாய்ப்பு இருக்கிறதா, திருமணம் எப்போது, இறப்பு எப்போது என அறிவது வரை பல வினாக்களுக்கு விடையைச் சோதிடர் மூலம் அறிய விரும்புவர். தவிர்த்து, கிளி சோதிடம், கோல் வைத்துக் கொண்டு பாடும் குறி சொல்லுபவர் சோதிடம் எனப் பலவகை உண்டு. அதற்குப் பரிகாரங்களும் சொல்வர்.

வெளிநாட்டிலும், குறிப்பாக உலகக் கால்பந்து போட்டியில், கடந்த உலகக் கோப்பைகளில் ஜெர்மனி நாட்டில் 'பால்' என்ற

'ஆக்டோபஸ்' அனைத்து போட்டிகளிலும் வெற்றி தோல்விகளைச் சரியாகக் கணித்துத் தெரிவித்தது என்றும், அது இறந்துவிட்டதால் உலகக் கோப்பை கால்பந்து போட்டிகளைக் கணிக்க ஜெர்மனியின் யானையான 'நெல்லி' கணிப்பு பயிற்சியில் ஈடுபடுத்தப்பட்டது என்றும், இதற்குப் போட்டியாக 2014ல் உலகக் கோப்பை கால்பந்து போட்டிகளை நடத்திய பிரேசில் 'கபேகா' என்ற 'கடல் ஆமையை' களத்தில் இறக்கிவிட்டது என்றும், இப்படி எந்த அணி வெல்லும் எனக் கணிக்க ஆக்டோபஸ், ஆமை சோதிடங்கள் கூட நாம் அறிவோம் அல்லவா..

இது போலவும், ஆதனி சொன்ன கட்டுவிச்சியைப் போலவும் சங்ககாலத்திலும் உண்டு. தலைவனிடம் ஏற்பட்ட கருத்து வேறுபாட்டால்..தலைவி பிரமை பிடித்தது போல இருக்கிறாளாம். அவள் நிலை எப்போது சரியாகும் என நெற்குறி பார்ப்பவள் மூலம் பார்க்கிறார்களாம். இதனைத்தான் ஐந்து அடிகளில், குறுந்தொகை 23வது பாடலில், குறிஞ்சித் திணையில் தோழி கூற்றாக அமைந்த அற்புதமான பாடலை இயற்றி இருக்கிறார் சங்கப் புலவர் ஔவையார். ஒரு பெண்ணின் மனத்தை ஒரு பெண் அறிந்து பாடியதாக அமைந்த அப்பாடல்..

"அகவன் மகளே அகவன் மகளே
மனவுக்கோப்பு அன்ன நன்னெடுங் கூந்தல்
அகவன் மகளே பாடுக பாட்டே
இன்னும் பாடுக பாட்டேஅவர்
நன்னெடுங் குன்றம் பாடிய பாட்டே."

—ஔவையார், குறுந்தொகை 23.

தன் மகள் உடல் மெலிந்து வருத்தத்தோடு காணப்பட்டால், மகளின் நிலைக்குக் காரணம் என்ன என்றும் அவள் நலமாவதற்கு என்ன செய்ய வேண்டும் என்றும் தாய் சிந்திப்பது இயற்கை. சங்க காலத்தில், ஒரு பெண் களவொழுக்கத்தில் ஈடுபட்டிருக்கும் பொழுது, தலைவனைச் சிலநாட்களாகக் காணமுடியாத சூழ்நிலை ஏற்படுமானால், அவனையே நினைத்து வருந்தி, உடல் மெலிந்து காணப்பட்டால், அவள் தாய், குறி சொல்லும் பெண்மணியை அழைத்துத் தன் பெண்ணின் நிலைமைக்குக் காரணம் என்னவென்று தெரிந்து கொள்ள முயற்சி செய்வது வழக்கம்.

குறிசொல்லும் பெண்மணி முறத்தில் நெல், அரிசி முதலியவற்றை இட்டும், சோழிகளின் எண்ணிக்கையைக் கணக்கிட்டும் குறி கூறுவாள். இவ்வாறு குறி கூறுதலை "கட்டுக் காணுதல்" என்றும், குறி சொல்லும் பெண்களை "கட்டுவிச்சி" என்றும் சங்க காலத்தில் அழைத்தனர். பிற்காலத்தில் கட்டுவிச்சி குறத்தி என்றும் அழைக்கப்பட்டாள். கட்டுவிச்சி குறி சொல்ல ஆரம்பிக்கும் பொழுது தமிழ்க் கடவுளாகிய முருகனையும், முருகன் வாழ்வதாகக் கருதப்படும் மலைகளைப் பற்றியும் பாடுவது வழக்கம். இந்தக் கருத்தின் அடிப்படையில் ஔவையார் இப்பாடலை இயற்றியுள்ளார்.

ஒருநாள் கட்டுவிச்சி வந்தாள். அவள் குறிசொல்வதற்குமுன், முருகனையும் அவன் வாழ்கின்ற மலைகளையும் பற்றிப் பாடுகிறாள். தலைவியின் காதலன் வாழும் ஊரில் உள்ள மலையைப் பற்றிக் கட்டுவிச்சி பாடியவுடன், தலைவி புன்முறுவல் பூக்கிறாள். கட்டுவிச்சி மீண்டும் அந்த மலையைப் பற்றிப் பாடினால், தலைவியின் மகிழ்ச்சியைக் கண்டு, தலைவியின் செவிலித்தாயும் தாயும் அந்த மலையில் வாழும் தலைவனுக்கும் தலைவிக்கும் உள்ள தொடர்பைப் பற்றிப் புரிந்து கொள்வார்கள் என்று தோழி எண்ணுகிறாள். ஆகவே, அந்த மலையைப் பற்றி மீண்டும் மீண்டும் பாடும்படி தோழி கட்டுவிச்சியிடம் கூறுகிறாள்.

பாடும் பெண்மணியே! பாடும் பெண்மணியே! சங்கு மணியினால் ஆகிய மாலைபோல் உள்ள வெண்மையான நல்ல நீண்ட கூந்தலை உடைய, பெண்மணியே! பாட்டுகளைப் பாடுவாயாக; நீ பாடிய பாட்டுகளுள் அவருடைய நல்ல நெடிய குன்றத்தைப் பற்றிப் பாடிய பாட்டை, மீண்டும் பாடுவாயாக.

சங்கு மணி மாலை போன்ற கூந்தல் என்றது, கட்டுவிச்சி வயதில் முதிர்ந்து நரைத்த முடியுடையவளாக இருந்தாள் என்பதைக் குறிக்கிறது. "அவர் குன்றம்" என்று தோழி கூறியதில், அந்த "அவர்" என்பது யாரைக் குறிக்கிறது என்ற ஆராய்ச்சியில் தாயும் செவிலித்தாயும் ஈடுபடுவார்கள் என்ற நம்பிக்கையில் தோழி அவ்வாறு கூறினாள் என்று தோன்றுகிறது.

இவ்வாறாகத் தாய்மார்களுக்குக் குழலியின் விடயம் தெரிந்ததால், குழலியைத் திருமணத்துக்கு வற்புறுத்தினார்கள். குன்றனிடமிருந்து எந்தத் தகவலும் வராமல் என்ன சொல்வது தாய்மார்களிடம் என்ற குழப்பத்தால் நாங்கள் இங்கு அலைவாயிலில் உள்ள மாமன் வீட்டுக்கு

வந்துவிட்டோம் என நடந்தவற்றை ஆதனிடம் கோர்வையாக கடகடவென உரைக்கிறாள் ஆதனி.

காற்றை விடவும் வேகமாகச் செல்கிறாள் ஆதனி, இச்செய்தியைக் குழலியிடம் பகிர்ந்து கொள்ள. இச்செய்திக் கேட்டுக் குழலி பசலை நோய் நீங்கிப் பொலிவு பெறுவாளா..? குழலியின் பெற்றோர்கள் திருமணத்துக்குச் சம்மதிப்பார்களா..? விரைவில் 'டும் டும் டும்' மேளச் சத்தம் முழங்க மணம் முடிப்பார்களா..?

13 - நெய்கனி குறும்பூழ் காயமாக ஆர்பதம் பெறுக...!

நொடிக்கு இத்தனை மைல் வேகம் எனக் கணிக்க இயலா வேகத்தில் மின்னலென ஓடிச்செல்கிறாள் ஆதனி குழலியைக் கண்டு இனிப்பான செய்தியைச் சொல்ல.. என்ன சொல்கிறாள்..?

பேசுவது என்பது ஒரு கலை. எப்படிப் பேச வேண்டும், என்ன பேச வேண்டும், எதைப் பேச வேண்டும் என்று தெரிந்து பேச வேண்டும். அது மட்டும் அல்ல, கேட்பவர்கள் எதை எதிர்பார்க்கிறார்களோ அதை அறிந்து பேச வேண்டும். இராமாயணத்தில் கம்பன் அதற்கு அழகாக ஒரு காட்சி வைத்து இருக்கிறான்..

ஆதனியும், காதல் வயப்பட்டுப் பசலை நோயால் வாடும் குழலி எதைக் கேட்டால் சித்தம் தெளியுமோ, எதைக் கேட்டால் அகம் அமைதியுறுமோ, எதைக் கேட்டால் உணர்வுகள் துள்ளுமோ அதனையறிந்து கூறுகிறாள்..

"குழலி, அவன் வரப்போறாண்டி, அவனும் உன் நினைவாலே தவிக்கிறாண்டி"

கோடிச் சூரியப் பிரகாசத்தை முகம் பிரதிபலிக்க, தழுதழுத்த குரலில், "என்னடி சொல்கிறாய்..? ஆதனி.."

"அடி இவளே, அது மட்டுமா.. அவனுடன் உனக்கு விரைவில் திருமணம் நடைபெறப்போகிறது.. தெரியுமா.."

"நிசமா..?"

குழலியின் கையை நறுக்கெனக் கிள்ளி, ஆதன் சொன்ன அனைத்தையும் தெளிவாக விரிவாக விளங்கச் சொல்கிறாள் ஆதனி. இந்நேரம் ஆதன் குன்றனின் பெற்றோர்களிடம் உங்கள் திருமணம் குறித்துப் பேச வந்திமலை சென்று கொண்டிருப்பான், என்னை நம்புடி என்கிறாள்.

குழலியும் அதனை அப்படியே ஏற்று மகிழ்வாகச் சோலை, ஆறு, கோயில் என ஆதனியுடன் சுற்றித் திரிந்து ஆடி மகிழ்கிறார்கள் தினந்தோறும். ஆனாலும், காதல் கொண்ட மனம் பித்து அல்லவா.. குழலி மீண்டும் எப்பொழுது குன்றன் வருவான்..? மணம் முடிப்பான்..? நீ சொன்னதெல்லாம் பொய்.. எனக்குத் துளி கூட நீ சொன்னதில் நம்பிக்கையில்லை எனப் பிணாத்துகிறாள்.

ஆதனி குழலியின் மன்றாடலைப் பொறுக்காமல், தானே சென்று திருமண ஏற்பாடு குறித்து அறிந்து வருவதாகச் சொல்லி அலைவாய் கிராமத்திலிருந்து பயணம் மேற்கொள்கிறாள் குன்றனின் ஊரான வந்திமலை நோக்கி..

செல்லும் வழியில் குன்றனின் வீட்டு வேலையாளைப் பார்க்கிறாள்.. "கும்பிடப் போன தெய்வம் அட குறுக்க வந்ததம்மா.."

இயக்குநர் பேரரசுவின் திருப்பாச்சி படப் பாடலைப் போல மனம் கூத்தாடுகிறது ஆதனிக்கு அவனைப் பார்த்ததும்.

என்னப்பா, "கல்யாண வேலையெல்லாம் நல்லா நடக்கிறதா..?" எனக் கேட்கிறாள். அவனும் ஆதன் ஐயா வந்து எங்கள் பூங்குன்றன் ஐயாவின் திருமண எண்ணத்தைச் சொன்னதிலிருந்து வீடே மகிழ்ச்சியில் இருக்கிறது. வீட்டுக்கு வெள்ளை அடித்து, மணப்பெண்ணுக்கு அணிகலன்களும், ஆடைகளையும் எங்கள் வந்திமலையைப் போல வாங்கி குவிக்கிறார்கள் எங்கள் ஐயாவின் அம்மா.. பூங்குன்றன் ஐயா கூட விரசாக ஊருக்கு வரப்போகிறாராம். எல்லா வேலைகளும் வேகமாக நடக்கிறது எனக் கொண்டாட்டத்துடன் பகிர்ந்தான். அதனைக் கேட்டதும், கொளுத்தும் கோடைக்காலத்தில் தவித்த வாய்க்குத் தண்ணீர் கிடைத்தால் எப்படி இருக்கும் அதுபோல இருந்தது ஆதனிக்கு. அந்த மகிழ்ச்சியுடன் அவனை மனதார வாழ்த்துகிறாள் அவள்..

"அப்பா.. மிக நல்ல செய்தியைச் சொல்லி இருக்கிறாய். உனக்கு நன்றாக உருக்கின நெய்யில் வறுத்த, பக்குவமாக வெந்த, காடைக் கௌதாரி கறிக்குழம்பைச் சாப்பிடும் நேரம் வரட்டும்.."

ஏன் பொன், பொருள், வீடு வசதி இதெல்லாம் வரவேண்டும் என வாழ்த்தாமல், நல்ல உணவு வரவேண்டும் என வாழ்த்துகிறாள் ஆதனி என யோசித்துப் பார்க்கலாம்.

இன்றும் போதிய கல்வித்தகுதி இல்லாமல் வயிற்றுப் பிழைப்புக்காக வசதியான வீடுகளில் கூட்டிப்பெருக்கியும், துடைத்தும், பாத்திரம் கழுவியும், சில பல ஏச்சுகளை வாங்கிக்கட்டிக்கொண்டும்

பணியாற்றுகிறார்கள் பலர். கிராமப்புறங்களில் வயல் வெளியில் வெயிலிலும், மழையிலும் கூட உழைக்கிறார்கள் இன்னும் சிலர். அவர்களின் ஒரு வேளை உணவு, பணிபுரியும் இடத்தில் தருகின்ற மீந்து போன உணவாகவும் இருக்கலாம்.. அல்லது சூடாகக் கொடுத்தாலும் அதனை உட்கார்ந்து நிதானமாகச் சுவைத்து உண்ண இயலாத சூழல்கள் நிறைய அமைந்து இருப்பதையும் பார்த்திருக்கிறேன்.

கவிஞர். அம்சப்ரியா அவர்கள் முகநூலில் "ஞாயிறு ரசனைத் தொடர்" என்ற தலைப்பில் எழுதிய பின்வரும் பகுதியும் நினைவுக்கு வருகிறது..

ஒரு முறை காளமேகப் புலவர் ஒரு சத்திரத்துக்குப் பசியாறச் செல்கிறார். அவர்கள் பகலெல்லாம் காக்க வைத்து, இறுதியில் இரவு நேரத்தில்தான் உணவு பரிமாறினார்களாம். கவிஞர். பொறுமையிழந்து இப்படிப் பாடியிருக்கிறார்.

"கந்துகடல் சூழ்நாகைக் காத்தான் தன் சத்திரத்தில்
அத்தமிக்கும் போதி(ல்) அரிசிவரும்– குத்தி
உலையிலிட வூரடங்கு(ம்) ஓரகப்பை யன்னம்
இலையிலிட வெள்ளி யெழும்."

–காளமேகப் புலவர், தனிப்பாடல் திரட்டு.

இப்படிக் கவிபாடாமல் சாப்பிட வந்தவர்களை வேடிக்கை பார்த்தபடி இருந்தேன்.

நாகரிகத்தின் உச்சம் எவ்வளவாக இருந்தால் என்ன..?

பசியாறுவது என்பதே ஒரு கலைதான். சிலர் உணவு வந்து சேர்ந்தவுடன் சாப்பிட்டு முடித்திருப்பார்கள். சிலர் இன்னுமா..? இந்த மூணு பருக்கையைக் கொறிச்சிட்டு இருக்கே என்று ஏசும் வரை இது நடக்கும்..

இப்படி மனமும் கண்ணும் அலைந்தபடி இருக்க முகக் கவசத்தைக் கையில் வைத்தபடியே சாப்பிட்டுக் கொண்டிருந்தவர்களில் யாருமே இரைச்சலில்லை. அச்சமும் தைரியமும் கலந்த பசியாறுதல்.. சட்டென்று

"அன்பை மட்டும் பரிமாறிக் கொள்ளுங்கள்.. உணவை அல்ல.."

என்ற வாசகம் ஈர்த்து அப்படியே நிறுத்தியிருந்தது... என எழுதி இருந்தார் கவிஞர். அவரது கட்டுரையில்..

எவ்வளவு உண்மை.. உணவு என்பது பசியை மற்றும் ஆற்றுவது இல்லை, அன்பையும் அல்லவா அதன் வழி புகுத்துகிறது.. எங்கள் ஊர்ப்பக்கம், மணப்பெண்ணுக்குத் திருமணம் ஆன புதிதில் கணவன் மனதை அடைய, அவனுக்கு வாய்க்கு ருசியாகச் சமைத்துப் போடு எனப் பெரியவர்கள் அறிவுரை கூறுவார்கள். ஆக அன்பைக் கடத்துவதில் உணவு பெரும் பங்கு வகிக்கிறது என்பதால் ஆதனியின் வாழ்த்தை மனம் சரியென்றது.

இந்த மனநிலையைச் சொல்லும் பாடலைத்தான் குறிஞ்சித் திணையில் தலைவன் திருமணத்துக்கான முயற்சிகளை மேற் கொண்டதை அவனுடைய குற்றேவல் மகன் அதாவது பணிவிடை செய்பவன் வழியாக அறிந்த தோழி, அக்குற்றேவல் மகனை வாழ்த் துவது போல் அச்செய்தியைத் தலைவிக்கு அறிவிப்பதாகச் சங்கப் புலவர் வேட்ட கண்ணனார் குறுந்தொகைப் பாடல் 389 இல் பாடியுள்ளார். அப்பாடல்..

“நெய்கனி குறும்பூழ் காய மாக
ஆர்பதம் பெறுக தோழி அத்தை
பெருங்கல் நாடன் வரைந்தென அவனெதிர்
நன்றோ மகனே யென்றனென்
நன்றே போலும் என்றுரைத் தோனே.”

–வேட்ட கண்ணனார், குறுந்தொகை 389.

தோழி! பெரிய மலைநாட்டையுடைய தலைவன் திருமணத்துக்கான முயற்சிகளை மேற்கொண்டான் என்று கேள்விப்பட்டேன். அவனுடைய குற்றேவல் மகனின் எதிர்நின்று, “குற்றேவல் மகனே, திருமணத்துக்கான முயற்சிகள் நன்றாக நடைபெறுகின்றனவா?” என்று கேட்டேன். அவன், ”அனைத்தும் நன்றாகவே நடைபெறுகின்றன” என்று கூறினான். அவன், நெய்யில் நன்கு ஊறி வெந்த குறும்பூழ் இறைச்சியை ஆர்பதம் பெறுவானாக! அதாவது கௌதாரி இறைச்சியை உண்ணுகின்ற உணவைப் பெறுவானாக! என்கிறாள்.

பணியாள் சொன்னதை ஆதனி அலைவாயில் கிராமத்துக்கு வந்து குழலியிடம் சொன்ன பிறகு அவளின் மனநிலை என்னவாக இருக்கும்..? இதையெல்லாம் இன்னும் அறியாத, பொன்வயல் கிராமத்தில் ஆதனும் இன்றித் தனிமையிலிருக்கும் குன்றன் என்ன செய்துகொண்டிருப்பான்..?

14 - தூற்றலும் பழியே.. வாழ்தலும் பழியே..!

பொன்வயலிலிருக்கும் குன்றன் அறுவடையைச் சிறப்பாக முடித்து, பொருள் ஈட்ட வந்த பணியைச் செவ்வனே செய்து, தனது ஊரான வந்திமலை நோக்கிப் பயணம் செய்கிறான். ஆதன் குழலியைச் சந்தித்துத் திருமணத்துக்குச் சம்மதம் வாங்கி இருப்பானா எனக் குழலியை நினைத்து மனம் சக்கரமாய்ச் சுழல கால்களை எட்டி நடைபோடுகிறான்.

அப்பொழுது போகும் வழியில் தன் வயது ஒத்த ஒருவன் பூளை, ஆவிரை, எருக்கு ஆகிய பூக்கள் தொடுக்கப்பட்டிருக்கும் மாலையை அணிந்து, உடம்பெல்லாம் திருநீறு பூசிக் கொண்டு, கையில் ஒரு பெண்ணின் ஓவியம் கொண்ட கிழியுடன், நாற்சந்தியில் பனை மட்டையால் செய்யப்பட்ட குதிரை மீதேறி நிற்க, பிறர் அதனை இழுத்துச் சென்றதைப் பார்க்கிறான். அதனைப் பார்த்த ஊர்மக்கள் அந்த ஓவியத்திலிருந்த பெண்ணையும், அவனையும் அலர் தூற்றினார்கள். இதைப் பார்த்த குன்றன் புரிந்து கொண்டான், காதல் நிறைவேறாக் காதலன் மடலேறினான் என்று.

மடல் ஊர்தல் அல்லது மடலூர்தல் என்பது சங்ககால வழக்கங்களில் ஒன்று. இதனை மடலேறுதல் என்றும் கூறுவர். தலைவன் தான் விரும்பிய தலைவியை அடைவதற்காக மடலூர்தல் வழக்கம். காதலில் தோல்வியுற்ற சங்ககாலத் தலைவன், ஊரார் தன் காதலை உணரும் பொருட்டு மேனியில் சாம்பலைப் பூசிக் கொண்டு யாரும் சூடாத எருக்கு போன்ற மலர்களைச் சூடிக் கொண்டு பனைமரத்தின் அகன்ற மடல்களால் செய்யப்பட்ட குதிரை ஒன்றில் ஊர்ந்து காண்போர் கேட்கும் வண்ணம் தலைவியின் பெயரைக் கூவிக்கொண்டு செல்லுதல் ஆகும். எனவே தன்னைச் சந்திக்க மறுக்கும் தலைவியிடம் தோழி மூலம் நான் மடலேறி விடுவேன் என்று காமம் மிகுந்த தலைவன் சொல்வது உண்டு.

காமம் மிகுந்த ஆடவர்க்கு மட்டுமே மடலேறுதல் உண்டு. பெண்கள் மடலேறியதாய்ச் சங்கப்பாடல்கள் இல்லை. என்ன நிலை நேர்ந்தாலும் பெண் இந்த வழக்கத்தை மேற்கொள்வது இல்லை. ஆனால் பக்தி பாவத்தில் தங்களைப் பெண்களாய் எண்ணிப் பாடிய ஆழ்வார்கள் சிலர், பெண்டிர் மடலேறியதாய்ப் பாடி உள்ளனர். ஒரு முறை மடலேறிய தலைவன் காதலி திருமணத்துக்கு ஒத்துக் கொள்ளவில்லையென்றால் மறுமுறை மடலேறுவதில்லை. தன் வாழ்வை முடித்துக்கொள்வான்.

தன்னை விரும்பாத பெண்ணுக்காக மடலூர்வேன் என்று தலைவன் சொன்னால், அது கைக்கிளை ஒழுக்கம். மடலூர்ந்து வந்து ஒருத்தியைப் பெறுவது பெருந்திணை ஒழுக்கம். மடலூர்தல் என்பது தலைவனும் தலைவியும் விரும்பி, பெற்றோர் பெண்ணைத் தர மறுக்கும்போதும் நிகழ்வது.

மடலேறுதலைப் பாடும் நூல், "மடல்" எனப்படுகிறது. "மடல் கூற்றும் மடல் விலக்கும்", நம்பி அகப்பொருள் என்ற இலக்கண நூல், மடல் என்பதனை இரு நிலைகளில் விளக்குகின்றது. தலைவன் தோழியிடம் தலைவியைத் தான் அடையாவிட்டால் மடல் ஏறுவேன் என்று கூறுவது "மடல் கூற்று" ஆகும். தோழி தலைவனிடம் மடல் ஏற வேண்டாம் என்று வேண்டித் தலைவன் மடல் ஏறுவதை விலக்குவது "மடல் விலக்கு" ஆகும்.

மடல் என்பது பெருந்திணைக்குரியது. அறம், பொருள், இன்பம் என்ற முப்பொருளில் இன்பமே சிறந்தது எனச் செப்புகின்றார் தொல்காப்பியர்.

"ஏறிய மடற்றிறம் இளமை தீர்திறம்
தேறுதல் ஒழிந்த காமத்து மிகுதிறம்
மிக்க காமத்து மிடலோடு தொகைஇச்
செப்பிய நான்கும் பெருந்திணைக் குறிப்பே"

–தொல்காப்பியர், தொல்காப்பியம் 997

என்பார். அதுபோல மடல் மகடூஉக்கில்லை என்பார். மடல் ஏறுதல் என்பது ஆண்களுக்கு மட்டுமே உரியது என்பது மரபு. பெண்கள் மடல் ஏறுதல் மரபு அன்று. இதனைக் குறிப்பிடும் நூற்பா..

''எத்திணை மருங்கினும் மகடூஉ மடன்மேல்
பொற்புடை நெறிமை இன்மையான''

–தொல்காப்பியர், தொல்காப்பியம் 981.

ஆனால் பன்னிரு பாட்டியல் நூல் தலைவர் கடவுளர்களாய் அமையும் நூல்களில் பெண்கள் மடல் ஏறுதலும் உண்டு என்பதை,

''மடன்மாப் பெண்டிர் ஏறார் ஏறுவர்
கடவுளர் தலைவராய் வருங்காலே''

–பன்னிருபாட்டியல் 63.

என்று கூறுகின்றது. திருமங்கையாழ்வார் நாயகி பாவத்தில் பாடுகிற போது மடல் ஏறுவதாகக் கூறுகிறார். மடல் இலக்கிய வகையின் முன்னோடியாக இவர் திகழ்ந்தார். பன்னிரு ஆழ்வார்களில் திருமங்கை ஆழ்வார் சிறிய திருமடல், பெரிய திருமடல் என்று இரு மடல் இலக்கியங்களைப் பாடியுள்ளார்.

காளையை அடக்கிக் கல்லைத் தூக்கினால்தான் என் மகளை உனக்குக் கட்டித் தருவேன் என நிபந்தனையிடும் அப்பாக்களுக்கு மத்தியில், டைனோசாரை அடக்கினால்கூட உனக்கு என் பெண்ணைக் கட்டித் தரமாட்டேன் என முரண்டு பிடித்த தளபதி திரைப்படத்தில் வரும் சாருஹாசன் அப்பாக்கள் சங்க காலத்திலும் வாழ்ந்திருக்கிறார்கள்.

காதலிக்கிறவர்களின் காதல் அரசல்புரசலாக வீட்டில் உள்ளவர்களுக்குத் தெரியவந்து, குறிப்பாகக் காதலிக்கும் பெண்ணுக்கு 144 தடை உத்தரவு போட்டு வேறு திருமணத்துக்குப் பார்க்கத் தொடங்கும் பொழுது, அவர்கள் காதலைத் தெரிவிக்கச் செய்கூலி சேதாரம் எல்லாம் இல்லாமல் சுவரில் தங்கள் பெயர்களை எழுதி, ஊரறிய இதயம் வரைந்து வைப்பது, கணினி வரைகலையில் படம் மாற்றம் செய்து தங்களின் காதலைப் பெற்றோர்களுக்கு வெளிப்படுத்துவது ஒரு வகை என்றால்..

அதனையும் தவிர்த்து இதெல்லாம் சரிபட்டுவராது நான் எங்க அப்பா சொன்னவரைத்தான் கட்டிக்கொள்வேன் என அடம்பிடிக்கும் பெண்களை அடிபணிய வைக்க, என்னைக் கல்யாணம் செய்து கொள்ளவில்லை எனில் ஆசிட் ஊத்திடுவேன் என மிரட்டுவது, குறைந்த செலவில் மொட்டைக் கடிதாசி போடுவது, சுயமி எடுத்த

புகைப்படங்களைக் காட்டி சுயம்வரம் நடத்தக் கேட்பது என இன்னொரு வகையான இந்தக் கால மடலேறும் அஸ்திரங்களுக்கு முன்னோடியாய் இருந்தது அக்கால மடலேறுதல் எனலாம்.

ஓர் ஆண் தன் காதலியைக் கைபிடிக்க, மற்றவர்களைச் சம்மதிக்க வைக்கும் பொருட்டு எந்தக் காலத்திலும் செய்யத்துணிந்த காரியம்தான் மடலேறுதல் என்பதைச் சொல்லத்தான் வேண்டும்.

இந்த மடலேறுதலைத்தான், தலைவன் கூற்றாக, குறிஞ்சித் திணையில், பெண்பாற் சங்கப் புலவராகிய அள்ளூர் நன்முல்லையார் குறுந்தொகைப் பாடல் 32ல் கூறுகிறார். அப்பாடல்..

"காலையும் பகலும் கையறு மாலையும்
ஊர்துஞ் சியாமமும் விடியலு மென்றிப்
பொழுதிடை தெரியிற் பொய்யே காமம்
மாவென மடலோடு மறுகில் தோன்றித்
தெற்றெனத் தூற்றலும் பழியே
வாழ்தலும் பழியே பிரிவுதலை வரினே."

–அள்ளூர் நன்முல்லையார், குறுந்தொகை 32.

தலைவியைக் காண்பதற்காகத் தலைவன் வருகிறான். ஆனால், "தலைவிக்குப் பதிலாகத் தோழி வந்திருக்கிறாள். தலைவி வர வில்லையா?" என்று தலைவன் கேட்கிறான். "தலைவி வரவில்லை. அவள் இனிமேல் உன்னைக் காண வரமாட்டாள்" என்று தோழி கூறுகிறாள். தலைவியைக் காணாததால் ஏமாற்றம் அடைந்த தலைவன், "என்னுடைய காதல் உண்மையானது. தலைவி என்னை ஏற்றுக்கொள்ளாவிட்டால் நான் மடலேறுவேன். நான் மடலேறினால் அதனால் எங்கள் இருவருக்கும் பழி வரும். தலைவியைப் பிரிந்து உயிர் வாழ்ந்தால் ஊரில் உள்ளவர்கள் எங்களைப் பற்றி அவதூறாகப் பேசுவார்கள். அதனால் எங்களுக்குப் பழி வரும்" என்று கூறுகிறான். தான் கூறியதைத் தோழி தலைவியிடம் கூறினால், தலைவி மனம் மாறித் தன்னை ஏற்றுக்கொள்வாள் என்று தலைவன் எண்ணுவதாகத் தோன்றுகிறது.

காலைப்பொழுது, பகல், செயலற்ற நிலைக்குக் காரணமாகிய மாலைப் பொழுது, ஊரில் உள்ளவர்கள் உறங்குகின்ற நள்ளிரவு, விடியற்காலம் ஆகிய நேரங்களில் அவ்வப்பொழுது மட்டும் காமம்

தோன்றுமாயின், அத்தகைய காமம் பொய், உண்மையானது அன்று. பிரிவு வரும்பொழுது, குதிரையென்று எண்ணிக்கொண்டு பனை மடலால் செய்த குதிரையின் உருவத்தின்மேல் ஊர்ந்து நான் தெருவில் வந்தால், மடலேறினால், அது தலைவி எனக்கு அளித்த துயரத்தைப் பலர் அறியச் செய்ததாகும். அதனால் பழி வரும். அவளைப் பிரிந்து உயிர் வாழ்ந்தால் ஊர் மக்கள் எங்கள் பிரிவைப் பற்றிக் குறை கூறுவார்கள். அதனால் எங்களுக்குப் பழி வரும்.

காதலனைப் பிரிந்து வாழும் காதலியும், காதலியைப் பிரிந்து வாழும் காதலனும் மாலை நேரத்தில் பிரிவின் கொடுமையைத் தாங்கமுடியாமல் தவிப்பதற்குச் சான்றாகத் தமிழ் இலக்கியத்தில் பல பாடல்கள் உள்ளன. மாலையில் காதல் நோய் தன்னை மிகுதியாகத் துன்புறுத்துவதால் தலைவன் "கையறு மாலை" என்று கூறியதாகத் தோன்றுகிறது. "ஊர் துஞ்சி யாமம்" என்றது ஊரில் உள்ளவர்கள் அனைவரும் உறங்கினாலும் தலைவன் மட்டும் நள்ளிரவில் தூங்காமல் இருப்பதைக் குறிக்கிறது. "வாழ்தலும் பழியே" என்றது, தலைவி தன்னை ஏற்றுக்கொள்ளாவிட்டால் தலைவன் இறக்கவும் அஞ்ச மாட்டான் என்பதைக் குறிக்கிறது.

மடலேறிய நிகழ்வைப் பார்த்த குன்றனின் மனம் மிகவும் உளைச்சலுக்கு உள்ளானது. குழலி என் மீதுள்ள கோபத்தினால் திருமணத்தை மறுத்து இருப்பாளோ..? பெற்றோர்கள் சம்மதிப் பார்களா..? தனது காதல் கைகூடாமல் போனால் தானும் மடலேறுவோமா..? அப்படி மடலேறினால்..? 360 பாகையில் கேள்விகளில் உழன்று மருகும் குன்றனின் பயணம் இப்படி இருக்க..

சங்க இலக்கியங்களில் அகப்பொருள் தொடர்பான இலக்கியங்கள் மடல் பற்றிய செய்திகளைத் தருகின்ற பாடல்கள் நிறைய இருந்தாலும், பின்வரும் கலித்தொகைப் பாடல் வரிகள் நினைவுக்கு வந்தன..

"இளையாரும், ஏதிலவரும் – உளைய, யான்
உற்றது உசாவும் துணை.
என்று யான் பாடக் கேட்டு,
அன்புறு கிளவியாள் அருளி வந்து அளித்தலின் –
துன்பத்தில் துணை ஆய மடல் இனி இவள் பெற
இன்பத்துள் இடம்படல் என்று இரங்கினள்.."

–நல்லந்துவனார், நெய்தல் கலி, கலித்தொகை 138–27,28.

என்ற வரிகள் இளைஞர்களும், உறவோ பகையோ யாதும் இல்லாதவரும் எனக்கு உற்ற நோய் பற்றி வினவியபோது நான் பாடியதைக் கேட்டு அன்பு கனிந்த சொற்களால் என் காதலி எனக்கு அருள் புரிந்தாள். எனக்குள்ள துன்பத்துக்குத் துணையாக நின்ற மடல் குதிரை இன்பத்தில் இடம் பிடிக்குமாறு செய்தது என இப்பாடலின் தலைவன் மடலூர்ந்து வந்து தன் காதலியை அடைந்த பெருந்திணை ஒழுக்கத்துக்குச் சான்றாக விளங்கிய தலைவனாய்த்தான் குன்றன் இருப்பான் என வாதிட்டது.

பாழாய்ப் போன காதல் செய்யக்கூடாததை எல்லாம் செய்ய வைக்குமோ..? அலைவாயிலிருக்கும் குழலி என்ன செய்து கொண்டிருப்பாள்..? என என் மனமும் காற்று வேகத்தில் குன்றனுடன் பயணிக்க ஆரம்பித்தது..

15 - காதலர் வரக் காண்போரே..!

வந்திமலையில் திருமண ஏற்பாடுகள் படு ஜோராக நடக்கின்றன எனக் கேள்விப்பட்டதிலிருந்து

"வான் வருவான் தொடுவான் மழைபோல் விழுவான்
மர்மம் அறிவான்
என்னுள் ஒளிவான் அருகே நிமிர்வான்
தொலைவில் பணிவான்.."

−கவிஞர். வைரமுத்து, காற்று வெளியிடை.

என்ற பாடல் வரிகளின் நம்பிக்கையுடன் அலைவாயிலில் இருக்கும் குழலி பொருள் ஈட்டச்சென்ற குன்றன் தன் பெற்றோருடன் இன்று வருவான், நாளை வருவான் என்ற எதிர்பார்ப்புடன் நித்தமும் வழிமேல் விழிவைத்துக் காத்திருக்கின்றாள்.

அவன் வருவதாகச் சொன்ன குளிர் மிகுந்த பனிக்காலம் வந்து விட்டது. ஒவ்வொரு நாளும் இன்று போய் நாளையும் தவறாமல் வந்துகொண்டிருக்க, குன்றன் மட்டும் வரக்காணோமென ஆதனியிடம் புலம்புகிறாள் குழலி. தோழி ஆதனி ஆறுதல் சொல்லுகிறாள். அப்படி ஆறுதல் சொல்லும் போது, அவளை எதிர் மறுத்துக் குழலி பேசுகிறாள்.

என்ன சொல்கிறாள் என்றால், அடியேய் ஆது.. காலையில் பசுக்களையும், காளைகளையும் சேர்த்து ஓட்டிக்கொண்டு போய் மேய்ச்சல் நிலங்களில் மேயவிடுவார்கள் அல்லவா.. அவை திரும்ப வருகின்றன.

அப்படிச் சென்ற ஆநிரைக் கூட்டங்களுக்கு, தலைமை வகித்த ஓர் ஆண் ஏறோடு கழுத்துப் பகுதி நீண்டு தரை வரை தொங்கி அசைந்தாடி

வருகின்ற பசுவினைப் பாரேன். அதனுடைய மடியானது, நாள்தோறும் பிரிந்து இருக்கும் தன் கன்றுகளை நினைத்தவுடனே சொட்டு சொட்டாகப் பால் வடிக்கின்றது. அப்படி வடிவதானாலே, அது ஊரை நோக்கித் தன்னுடைய ஆநிரைக் கூட்டங்களை எல்லாம் விட்டுவிட்டு, தனித்து தன் கன்றை நோக்கி ஓடி வருகின்றது கவனித்தாயா..?

இங்கே, நம்முடைய ஊரில் நான் மட்டுமா இருக்கிறேன். எத்தனையோ பெண்கள் இருக்கிறார்கள். இப்பொழுதோ குளிர்ச்சி உண்டாகுமாறு வீசுகின்ற துளிகளாகிய பனியை உடைய கடுமையான மாதம். பனி துளித் துளியாக விழுகின்ற இந்த மாதத்திலே, அந்தப் பெண்களுடைய கணவன்மார்கள் அல்லது காதலர்கள் எல்லாம் பொருளுக்காகப் பிரிந்து சென்று, இந்த மாலைக் காலத்திலே திரும்பி வந்திருக்கிறார்கள். எப்படி அந்தப் பசு தன் கன்றை நோக்கி ஓடி வருகிறதோ அப்படி. தலைவனை மீண்டும் வரக் காணக்கூடிய மகளிர், நிச்சயமாக நோன்பு நோற்றோர்கள், தவம் செய்தவர்கள். நான் அப்படித் தவம் செய்யவில்லை போலும். ஆகையினால்தான் என் தலைவன், காதலன் வரவில்லை போல என்கிறாள் குழலி.

எவ்வளவு நுட்பமாக ஆநிரையைக் கவனித்திருக்கிறாள் குழலி. அவளை மாதிரி இக்காலத்தில் எத்தனை பேர் இருக்கின்றார்கள்..? பல்லுயிர் ஓம்புதல் என்பதனைக் கடைப்பிடிக்கிறார்கள்..?

உலகம் மனிதர்களுக்கானது. மனிதர்களுக்காகவே பிற உயிர்கள் யாவும் படைக்கப்பட்டன என்ற மயக்கத்தில் திளைக்கும் சுயநலம் மிக்க மனிதர்கள்தாம் இக்காலத்தில் நிறைந்துள்ளனர். அவர்களுக்காக சூழலியலாளர் திரு. சஞ்சீவராஜ் அவர்களின் கருத்தை நினைவு கூர்வோம்.

"இப்புவியில் வாழும் அனைத்து உயிர்களும் மதிப்பிற்குரியவை அவற்றின் பயன்பாட்டின் அடிப்படையில் அம்மதிப்பு அமைய வேண்டும் என்பதில்லை. அவை அவற்றிற்காகவே மதிக்கப்பட வேண்டும். ஏனெனில், இப்புவியில் பல உயிர்களின் பங்களிப்பை மனிதர்கள் இன்னும் அறிந்து கொள்ளவே இல்லை" இக்கருத்து இங்கு நினைவு கூரத்தக்கது மட்டுமல்ல, கடைப்பிடிக்க வேண்டிய அவசியமானதும் கூட.

சூழலியலாளர் சொன்னது போல விலங்குகளையும் "அண்ணல் தலைமைத் தன்மை பொருந்திய" எனப் போற்றும் இயற்கையோடு இயைந்த வாழ்வைப் போற்றும் பழந்தமிழ்ப் பண்பினையும், குழலியின்

மனநிலையையும் காட்டும் சங்கப் பாடல் ஒன்று உள்ளது. பிரிவிடை வற்புறுத்துந் தோழிக்குத் தலைமகள் கூறிய கூற்றாக, முல்லைத் திணையில் சங்கப்புலவர் குறுங்குடி மருதனார் குறுந்தொகைப் பாடல் 344ல் கூறியுள்ளார். அப்பாடல்..

“நோற்றோர் மன்ற தோழி! தண்ணெனத்
தூற்றும் துவலைப் பனிக்கடுந் திங்கள்,
புலம்பயிர் அருந்த அண்ணல் ஏற்றொடு
நிலம் தூங்கு அணல வீங்குமுலைச் செருத்தல்
பால் வார்பு, குழவி உள்ளி, நிரை இறந்து,
ஊர்வயின் பெயரும் புன்கண் மாலை,
அரும்பெறல் பொருள்பிணிப் போகி,
பிரிந்து உறை காதலர் வரக் காண்போரே!”

–குறுங்குடி மருதனார், குறுந்தொகை 344.

தோழி! குளிர்ச்சி உண்டாகும்படி, வீசுகின்ற பனித்துளிகளையுடைய கடுமையான குளிருள்ள மாதத்தில், மேய்ச்சல் நிலத்தில் உள்ள பயிரைத் தின்று, தலைமை பொருந்திய எருதோடு, நிலத்தளவு தொங்கும் அலைதாடியோடு, பால் ஒழுகும் பருத்த முலைக்காம்புகளுடன் கூடிய மடியையுடைய பசுக்கள் தம் கன்றுகளை நினைத்து, தம்மோடு சேர்ந்து மேயும் ஆநிரைகளைவிட்டு நீங்கி, ஊரினிடத்தே மீண்டு வருகின்ற, துன்பத்தைத் தரும் மாலைக்காலத்தில் பெறுதற்கரிய பொருள்மேல் பற்றுக்கொண்டு, தம்மை முன்பு பிரிந்து சென்ற தலைவர்கள், திரும்பிவருவதைக் காணும் மகளிர் நிச்சயமாகத் தவம் செய்தவராவர்.

பசுக்கள் தம் கன்றுகளை நினைத்து மாலைநேரத்தில் ஊருக்குத் திரும்பிவருவதைக் கண்ட தலைவி, தன்னை நினைத்துத் தலைவன் இன்னும் வரவில்லையே என்று கூறுவது இப்பாடலில் உள்ள உள்ளுறை உவமம் ஆகும்.

இதே குறுங்குடி மருதனார் அகநானூற்றில் தலைவியும் தோழியும் பேசிக்கொள்வதாக இன்னொரு பாடல் எழுதியுள்ளார். வேந்தன் இட்ட பணியை நிறைவேற்றிய பின்னர் தலைவன் தன் மனைவியை நினைத்துக்கொண்டு தேரில் இல்லம் மீள்கிறான். தேரை இழுத்துவரும் குதிரையின் கழுத்தில் கட்டப்பட்டிருக்கும் மணியின் நாக்கு அசையாமல்

கட்டிவைத்துக்கொண்டு தேரை ஓட்டிவருகிறான். மணியின் ஒலி கேட்டால் பூவில் தேன் உண்ணும் வண்டுகளுக்கு இடையூறு நேரும் என்று எண்ணி அப்படிச் செய்கிறானாம். அப்பாடல்..

"பூத்த பொங்கர்த் துணையொடு வதிந்த
தாதுண் பறவை பேதுறல் அஞ்சி
மணிநா ஆர்த்த மாண்வினைத் தேரன்.."

–குறுங்குடி மருதனார், அகநானூறு 4.

கருணை உள்ளத்துக்கு எடுத்துக்காட்டாகப் பலராலும் மேற்கோள் காட்டப்படும் பாடல்களில் ஒன்று இப்பாடல். அதுமட்டுமல்ல, அக்கால மாந்தரின் இயற்கையோடியைந்த வாழ்வையும், மனிதர்களைப் போலப் பிற உயிர்களுக்கும் வாழ இவ்வுலகு உரிமையுடையது என்னும் அறிவியல் உண்மையை உள்வாங்கிக்கொண்டு, அதற்கும் மேலாக மரங்களைத் தோழமையாகவும், விலங்குகளையும் மாந்தரோடு ஒப்பு நோக்கியமையும் காட்டுவதோடு எனக்குக் குழலியின் மனவருத்தத்தைப் போக்கக் குன்றனும் தேர் ஏறி விரைந்து வந்தால் நன்றாக இருக்கும் அல்லவா எனத் தோன்றியது.

அவன் வருவானா..? குழலியின் காத்திருத்தலுக்கு விடை கிடைக்குமா..?

16 - மணமது ஆகிட அலரது நீங்குமே..!

காலையில் எழுந்ததிலிருந்தே குழலிக்கு மனம் ஒரு நிலையில் இல்லை. ஆதனியிடம் கூறிவிட்டு எப்பொழுதும் அவளை ஆற்றுப்படுத்தும் பூஞ்சோலைக்கு வந்துவிட்டாள். ஆற்றின் கரையோரம் நடை போடுகிறாள். குன்றனின் நினைப்பில் கண்களில் நீர் ஆற்றுக்குப் போட்டியாய் ஊற்றுப் பெருக்காய்ப் புரண்டு வருகிறது..

"காலை நேரப் பூங்குயில்
கவிதை பாடப் போகுது
கலைந்து போகும் மேகங்கள்
கவனமாகக் கேட்குது
கேட்ட பாடல் கா..ற்றிலே
கேள்வியாகப் போ..குமோ
எங்கே உன் ராகம் ஸ்வரம்
ஆ ஆ ஆ..."

-கவிஞர். கங்கை அமரன், அம்மன் கோயில் கிழக்காலே.

பாடலிலிருக்கும் கதாநாயகியின் மனநிலை.. ஓடும் ஆறும் ஒரு கணம் நின்று தேற்றிச் சென்றது அவளை. கூழாங்கற்கள் மென்மையினும் மென்மையாய் அவளது கண்ணீருக்கு எசப்பாட்டு பாடின. வீசும் காற்று தலைகோதி காதோடு உரசிச் சென்றது. பூக்கள் கையிழுத்து மனம் நிறைத்து வாசத்தில் சாய்த்துக்கொண்டன. பாதையிலிருக்கும் சிறு கற்களும் அவளைத் தொல்லை செய்யாமல் விலகி வழி விட்டன. தனிமையில் தனித்திருக்கவியலா கொடுமையில் ஆழ்ந்திருக்கின்றாள் குழலி. மீள மீளக் குன்றனது நினைவுகள் கடலலைகளாய் எழுகின்றன.

மனமெல்லாம் குன்றனின் நெருக்கம். காணும் யாவற்றிலும் அவனது முகம். கேட்கும் யாவற்றிலும் அவனது குரல். எண்ணங்கள்

யாவற்றிலும் அவனே நாயகன். ஆற்றங்கரையில் நினைவுகளில் தேங்கி சிலையாய் அவள். அப்பொழுது ஆதனி பூஞ்சோலை நோக்கி ஓடோடி வருகிறாள்.

வந்தவள்.. வனதேவதையொன்று வழிதவறி வந்துவிட்டதோவெனக் காலை வெயிலில் பொற்சிலையாய் நிற்பவளைக் கண்டு மனம் தவிக்கிறது. உடனே தான் வந்த செய்தியைச் சொல்லிச் சிலைக்கு உயிரூட்ட நினைக்கிறாள் ஆதனி. அவளைப் பிடித்து ஓர் உலுக்கு உலுக்கி சேதி தெரியுமா.. வீட்டிற்கு யார் வந்துள்ளார்கள் சொல் பார்ப்போம் என்கிறாள்.. அந்நொடியும் தவ நிலையில் குழலி.

“அடியேய், குன்றன் அவன் பெற்றோருடன் உன்னை மணம் முடிக்கப் பெண் கேட்டு வந்துள்ளான்.”

தவங்கலைந்து, “என்னடி.. என்னடி சொல்கிறாய் ஆது..?”

“குழலி, உன் விருப்பப்படியே விரைவில் டும் டும் டும் தான்.. கெட்டிமேளம் கொட்டப்போகுதுடி.. அவன் வீட்டுக்குள் நுழைந்தவுடனே, நான் நமது பெற்றோர்களிடம் உன்னவன் இவன் தான் என்பதைச் சொல்லிவிட்டேன்..”

நம்ப இயலாமல், “ஆது உண்மைதானே சொல்கிறாய்.. எனக்குப் படபடப்பாக வருகிறது..”

“என் செல்லமே, நம்புடி.. உன் பெற்றோர் உன்னைப் புரிந்து கொண்ட தன்மையினால் திருமணம் நிச்சயப்பட்டிருக்கிறது..”

“ஆது, எல்லோரும், நமது வீட்டுப் பெரியவர்கள், ஊரார் அனைவரும் சம்மதித்து விட்டார்களா..”

“அங்குப் பாரேன், அந்தப் பனை மரத்தில் கட்டியிருக்கும் தூக்கணாங்குருவிக் கூட்டை... வளைந்த சிறகையுடைய தூக்கணாங்குருவி பெரிய பனைமரத்தில் பல குச்சிகளையும் நார்களையும் கொண்டு கட்டிய கூடு எப்படி உள்ளது.. பார்க்கவே கலக்கமாக, மயக்கமாக வருகிறதல்லவா.. அப்படித்தான் எவனோ ஒருவன் தன் பெற்றோருடன் வந்து உன்னை விரும்புவதாகச் சொல்லும்போது ஊராருக்கும் உறவுகளுக்கும் இருந்தது..”

“அச்சச்சோ என்னச் சொன்னார்கள்..” ஆது..

“தூக்கணங் குருவி தன் கூட்டைப் பல குச்சிகளாலும் நாராலும் பின்னிப் பிணைத்து நுட்பமாக அமைத்திருக்கும். அந்தக் கூட்டின் அமைப்பைப் புரிந்துகொள்ள முயற்சி செய்பவர்கள், அதைப்

புரிந்துகொள்ள முடியாமல் கலக்கமுறுவர். உனது களவொழுக்கத்தைப் பற்றிய விவரங்களைப் புரிந்துகொள்ள முடியாத ஊர்மக்கள், பலவகையிலும் கலக்கமுற்றனர். சிலர் வருத்தப்பட்டனர் சிலர் பழிச்சொல் பேசினர்.."

"என்னதான் ஆச்சு, சொல்லவந்ததைச் சீக்கிரம் சொல்லேன்..."

"சரிதான். கலக்கமுற்ற ஊர்மக்கள் பிறகு, உனது திருமணத்தைப் பற்றிய செய்தியைக் கேட்டு நம் பெற்றோரைப் போலவே மகிழ்ச்சியடைந்தனர்.. ஆக எல்லாம் சுபம்.." என்கிறாள் ஆதனி.

குழலி இதையெல்லாம் கேட்டு மகிழ்ந்து தட்டாமாலை சுற்றுகிறாள். உடனே ஆதனியை இழுத்துக்கொண்டு குன்றனைக் காண வீட்டுக்கு விரைந்தோடுகிறாள். குன்றனின் கண்களோடு கண்கள் கவ்விக்கொள்ள, இருவருக்கும் ஆனந்தத்தில் கண்ணீர் திரையிடுகிறது. பல மாதங்களாய்ச் சொல்லாத சொற்களை, பேசாத உரையாடலை, விசாரிக்காத நலனை, போடாத சண்டையை, செய்யாத சமாதானத்தை இருவரிடையிலும் பேரழகாய் மௌனம் இட்டு நிரப்புகிறது.

பெற்றோர் குறித்த அச்சமும் அவர்கள் உணரும்படியாக இதுநாள் வரையிலும் மறைத்து வைத்திருந்த காதலை வெளிப்படும்படி எடுத்துரைக்கும் துணிவும் ஆதனி போன்ற பெண் சமூகத்திற்கு இருந்ததையும், அறத்தொடு நின்றதன் காரணமாக வரைவுக்கு அதாவது திருமணத்துக்குக் குன்றன் அனைவரையும் உடன்பட வைத்த சாதுரியத்தையும் பாராட்டியே ஆக வேண்டும்.

களவொழுக்கத்தின்போது குன்றன் குழலியின் மலரினும் மெல்லிய காதல் உணர்வுகள் அதனூடாக நிகழும் பிரிவுகள் மற்றும் ஊரார் பேச்சுகள் ஆகியவற்றைப் புரிந்துகொள்ள முடிகிறது.

இத்தகு சூழல்கள் தற்காலத்தில் காணப்படாதது வருத்தமளிக்கிறது. மேலும், பெற்றோர், உற்றார், உறவினர்களுக்குப் பயந்து ஒளிந்து வாழும் நிலையில் இன்றைய காதலர்கள் காணப்படுகின்றனர். அல்லது காதலை முழுமையாக ஆதரிக்கும் சமூகம் இன்னும் உருவாகவில்லை என்றே சொல்லலாம்.

குழலி மற்றும் குன்றனின் பெற்றோர்கள் புரிந்து கொண்டது போல, இக்காலத்திலும் ஒவ்வொரு பெற்றோரும் உற்றார் உறவினரும் வளர்த்துக் கொள்வார்களேயானால் காதல் யாரையும் கொன்றொழிக்காது. எல்லோரையும் நன்றாகவே வாழ வைக்கும்.

தமிழ்ச் சமூகம் தொன்றுதொட்டு ஈரமும் வீரமும் நிறைந்தது. இவ் அகப் பண்பை உரமூட்டும் விதமாகத் தோற்றுவிக்கப்பட்ட அகமும் புறமும் சார்ந்த இலக்கியங்களாகப் பத்துப்பாட்டும் எட்டுத்தொகையும் காணப்படுகின்றன. இவை பழந்தமிழரின் வாழ்வியல் சூழலைப் படம்பிடித்துக் காட்டுகின்றன. அப்படிப்பட்ட பாடலைத்தான் சங்கப் புலவர் உறையூர்ப் பல்காயனார் குறுந்தொகை 374 ஆவது பாடலில் பாடியுள்ளார். குறிஞ்சித் திணையில், "அறத்தொடு நின்றமை தோழி கிழத்திக்கு உரைத்தது" கூற்றாக அமைந்த அப்பாடல்..

"எந்தையும் யாயும் உணரக் காட்டி
ஒளித்த செய்தி வெளிப்படக் கிளந்தபின்
மலைகெழு வெற்பன் தலைவந் திரப்ப
நன்றுபுரி கொள்கையின் ஒன்றா கின்றே
முடங்கல் இறைய தூங்கணங் குரீஇ
நீடிரும் பெண்ணைத் தொடுத்த
கூடினும் மயங்கிய மைய லூரே."

–உறையூர்ப் பல்காயனார், குறுந்தொகை 374.

நம் தந்தையும் தாயும் உணரும்படி, நாம் இதுகாறும் மறைத்திருந்த களவொழுக்கத்தை, நான் விளக்கமாகக் கூறி வெளிப்படுத்தினேன். அதன் பிறகு, மலைகள் பொருந்திய குறிஞ்சி நிலத்தலைவன், நம் பெற்றோர்களிடம் வந்து உன்னைப் பெண் கேட்டான். நமது பெற்றோரின் நன்மையைச் செய்யும் கொள்கையினால், திருமணம் உறுதியாகியது. வளைந்த சிறகையுடைய தூக்கணாங் குருவி, உயர்ந்த பெரிய பனைமரத்தில் கட்டியிருந்த கூட்டைக் காட்டிலும், பலவகையான பொய்யைத் திரித்துப் பேசிக்கொண்டிருந்த ஊர், நம்மோடு ஒன்றுபட்டது.

தூக்கணாங் குருவி தன் கூட்டைப் பல மெல்லிய நார்க்குச்சிகளால் பின்னிப் பிணைத்து அமைத்திருக்கும். அந்தக் கூட்டின் அமைப்பைப் புரிந்து கொள்ள முயற்சி செய்பவர்கள், அதைப் புரிந்து கொள்ள முடியாமல் கலக்கமுறுவர். தலைவியின் களவொழுக்கத்தைப் பற்றிய விவரங்களைப் புரிந்துகொள்ள முடியாத ஊர்மக்கள், தூக்கணங் குருவியின் கூட்டின் அமைப்பைப் புரிந்துகொள்ள முயற்சி செய்பவர்களைவிட அதிகமாக மயங்கிப் பலவகையிலும்

கலக்கமுற்றனர் என்று தோழி கூறுகிறாள். அவ்வாறு மயங்கிய ஊர்மக்கள், தலைவியின் திருமணத்தைப் பற்றிய செய்தியைக் கேட்டுத் தலைவியின் குடும்பத்தினரோடு ஒன்றுபட்டனர் என்றும் தோழி கூறுகிறாள்.

அன்றே நிச்சயம் நடந்ததால், அன்றிலிருந்து மூன்றாவது நாள் குன்றனின் வந்திமலையில் கோலாகலமாக, ஊரே மெச்சும் வண்ணம் குழலிக்கும், குன்றனுக்கும் திருமணம் நடந்தேறியது. பசலை படிந்த மகளின் மேனி பொன் மஞ்சள் நிறத்தில் பளபளப்பதைக் கண்ட குழலியும் பெற்றோரும், பொருள் வயின் பிரிதலின் காரணமாக ஊரை விட்டுப் பிரிந்திருந்த குன்றனின் முகத்தில் சோபை நீங்கி மகிழ்ச்சி நிறைந்திருப்பதைக் கண்ட குன்றனின் பெற்றோரும் அவர்கள் இருவரும் இன்னும் மனம் விட்டுப் பேசாமல் இருப்பதையும் சேர்த்தே கவனித்தனர்.

இருவீட்டுப் பெரியவர்களும் கலந்தாலோசித்து, சின்னஞ் சிறியவர்கள் புரிந்து கொள்ள அவர்களைத் தனியாகக் குடித்தனம் அமைத்துத் தந்தால் புரிதல் ஏற்படும் என நினைத்தனர். அவ்வாறே வந்திமலைக்கும், இரண்யமுட்டத்துக்கும் இடையில் உள்ள இலவந்திகை என்ற ஊரில் அவர்களைத் தனியாகக் குடியமர்த்தினர்.

எல்லாம் கண்மூடி கண் திறப்பதற்குள் விரைவாக நடந்து விட்டது. பிறந்ததிலிருந்து குழலியை அவளது பெற்றோர்களும், செவிலித்தாயான முத்தழகும்கூட குழலி, அலைவாயிலிருக்கும் அவளது மாமன் வீட்டுக்குச் சென்ற பொழுதெல்லாம் பிரிந்து இருந்திருக்கிறார்கள். ஆனால், ஆதனி அவளைப் பிரிந்ததில்லை. முதல் முறையாக அவளை விட்டுப் பிரிகிறாள். அடிக்கடி வந்து பார்த்துச் செல்ல இயலும் என்றாலும், நாள் முழுதும் ஒன்றாகச் சுற்றித் திரிந்தவர்களுக்கு இப்பிரிவு புதிது அல்லவா.. அழக்கூடாது எனச் சமாதானம் சொல்லிக்கொண்டாலும், குழலியும் ஆதனியும் கடல் தளும்பிக் கரையைக் கடக்க முயலும் அலையைப் போல, அவர்களின் கண்ணீரானது தளும்பி வழிய நிற்கிறது..

ஆதனியும், குழலியின் பெற்றோர்களும் இரண்யமுட்டத்துக்குக் கிளம்புகிறார்கள்.. இங்கு இலவந்திகையில் குன்றனும், குழலியும் நீண்ட நாட்களுக்குப் பிறகு தனிமையில்.. என்ன செய்யப்போகிறார்கள்..?

சண்டையிடுவார்களா.. சமாதானமாவார்களா..?

17 - கசந்த கற்பும் இனித்த களவும்...!

இலவந்திகையில் தனிக்குடித்தனம் இருக்கும் குன்றனும் குழலியும் அப்பாடா.. திருமணம் ஆகிவிட்டது என்ற ஒருவித மன அமைதியில் உள்ளனர். இருப்பினும் ஒருவருடன் ஒருவர் சுமுகமாகப் பேசாமல் இருக்கிறார்கள். இது வரையிலும் பெற்றோர்கள் உடன் இருக்க, தாங்கள் மகிழ்வாக இருக்கிறோம் என அவர்களுக்குக் காட்ட இருவரும் மகிழ்ச்சியாக இருப்பதுபோல நடந்து கொண்டனர்.

அவர்கள் எல்லோரும் சென்ற பிறகு இருவருடையிலும் மெல்லிய மௌனத் திரை விழுந்தது. இவள்.. அவன்தானே விட்டுவிட்டுச் சென்றான்.. அவனாக வந்து பேசட்டும் என இருக்கிறாள். அவனோ, இவளை விரைவில் திருமணம் முடிக்கத்தானே பொருள் வயின் பிரிந்தேன். புரிந்து கொள்ளாமல் இருக்கிறாளே என வருத்தப்படுகிறான்.

கொஞ்சும் மொழி பேச வேண்டிய தருணங்களில் மௌன யுத்தம். எதிர்பார்ப்புகள் நிறைவேறாக் கணங்களில் சொற்களின் உஷ்ணம். பார்க்காத பொழுதுகளில் கடைக்கண்களில் ஆறுகளின் தேக்கமாய் ஏக்கம். பார்த்த பொழுதுகளில் நதியாய் ஓட்டம். இப்படியாக இருவரும் கண்ணாமூச்சு ரே ரே.. ஆடிக்கொண்டிருக்கிறார்கள்.

இதற்கிடையில் ஒரு நாள் குழலியுடனே ஆறாம் விரலாய் இருந்த ஆதனி அவளைக் காண இரண்ய முட்டத்திலிருந்து வருகிறாள். வரும்பொழுது குழலிக்கு அது பிடிக்கும், இது பிடிக்கும் எனத் தின்பண்டங்கள், உடைகள், ஏன் அவளுக்குப் பிடித்த பறம்பு மலைச் சுனை நீரையும் எடுத்துக்கொண்டு வந்திருந்தாள்.

இருவரும் இத்தனை நாள்களாகப் பேசாத பேச்சை எல்லாம் பேசினார்கள். திருமணத்துக்கு முன் எதையும் மறைக்காமல் ஆதனியிடம் சொல்லும் குழலி, இப்பொழுது எதனையும் சொல்லவில்லை.

ஆதனி கொண்டு வந்திருந்த எல்லாவற்றையும் எடுத்து வைத்தாள். சுனை நீரையும் பானையில் ஊற்றி மூடி வைத்தாள். கலகலப்பாகப்

பேசிக்கொண்டே சமையலையும் செய்து முடித்தார்கள். ஆதனி வீட்டுத் தோட்டத்திலிருந்து சாப்பிட வாழை இலை கொண்டு வரச் சென்றாள்.

குன்றன் வெளியே சென்று உச்சி வெயிலில் வீடு திரும்பினான். அவன் வரவைப் பார்த்தவுடனே.. பறம்பு மலையின் சுனை நீரை ஒரு சொம்பு நிறையக் கொணர்ந்து வந்து கொடுத்தாள் குழலி. அந்த நீர் குளிர்ச்சி இல்லாமலேயே வெகு இனிப்பாக இருக்கும். இப்பொழுது இன்னும் பானையின் குளிர்ச்சியில் ஒரு பழச்சாறின் தித்திப்பில்.. தனக்கு மிகவும் பிடித்தது போலவே அவனுக்கும் பிடித்து ஓரிரு வார்த்தைகள் கூடுதலாகப் பேசுவான் என எதிர்பார்த்தாள்..

அப்பொழுது, அவன் நெற்றி வியர்வை வழிந்து காதோரம் குண்டு மணியென உருள்கிறது. தனது முந்தானைகொண்டு துடைக்க ஒரு எட்டு வைத்தவள், வீம்பாகக் கொடியிலிருக்கும் துண்டை எடுத்துக் கொடுக்கிறாள். குன்றனுக்குக் கோபம் சுர்ரென ஏறுகிறது.. இவ்வளவு வீம்பு எதற்கென..?

வாயில் ஊற்றிய நீரைப் 'புளிச்'சென்று துப்பினான். "இதென்ன புதுத் தண்ணி, ஏதோ உப்புக் கரிப்பது போல இருக்கிறது, எங்க இருந்து இதைக் கொண்டு வந்த..?" எனக் கத்துகிறான்.

குழலி பதில் கூறும் முன், தோட்டத்திலிருந்து உள்நுழைந்த ஆதனி, "நான் தான் கொண்டு வந்தேன் குன்றா..? என்கிறாள்.

"அடடே ஆதனி, வா வா.. எப்போது வந்தாய், நலமா..?"

"நான் இருப்பது இருக்கட்டும். ஏன் இவகிட்ட நீங்க எரிஞ்சு விழறீங்க..?"

"அதில்லை ஆதனி, ஏதோ கோபம்.. அதான் கொஞ்சம் கத்திட்டேன்.." எனக் கண்கலங்கி நிற்கும் குழலியைப் பார்த்துக் கொண்டே சொல்கிறான்.

"உங்களையே நினைத்துக்கொண்டு, பிடிவாதமாகப் பொறுத்திருந்து கட்டிக்கொண்டவளிடம் இப்படித்தான் நடந்து கொள்வீர்களா..?"

"அடியேய் ஆது, சும்மாயிருடி.. வாங்க இரண்டு பேரும். சூடாகச் சாப்பிடலாம்.." என்கிறாள் குழலி.

"நீ இருடி.. குன்றா.. கல்யாணத்துக்கு முன்னாடி ஞாபகம் இருக்கிறதா.. ஒரு முறை விளையாட்டாக வேப்பங்காயைச் சாப்பிட முடியுமா என குழலிக் கேட்டாள். நீங்களும் அதனை..

உங்கையால் எதைக் கொடுத்தாலும் தேம்பூங் கட்டிதான்.. அதாவது வெல்லக்கட்டித்தான் எனச் சுவைத்துச் சப்புக்கொட்டி சாப்பிட்டீர்கள்.. ஆனால் இன்று வெல்லத்தை விடவும் இனிப்பான பறம்பு நீரை வேப்பங்காயின் கசப்பை உமிழ்வது போல அல்லவா உமிழ்கிறீர்கள்..?"

"நிறைய மாற்றம் உங்களிடம் குன்றா.. சொல்லுங்க என்னதான் நடக்குது இங்க.. இவ்வளவுதான் உங்க காதலா.." எனப் பதற்றப்படுகிறாள்.

குழலியும் குன்றனும் ஒரு சேர.. இல்ல இல்ல.. அதெல்லாம் இல்ல.. என்கிறார்கள்.

பிறகு மன்னிச்சுடு குழலி என்கிறான் குன்றன். அவளது கலங்கிய விழிகளில் தன் பிடிவாதமெல்லாம் கரைந்தோட...

அவன் மன்னிப்பு கேட்பது குழலிக்குத் தாங்கவில்லை. அதுவும் ஆதனியின் முன்னிலையில்..

"சும்மாயிருடி ஆதனி.. மாலை உணவு நேரம் ஆகிவிட்டது. பசிக்கிறது... நீங்கள் போய்க் கை, கால் கழுவி வாங்க.. சாப்பிடலாம்.." எனக் குன்றனிடம் கூறி மௌனத்திரையை முற்றிலும் விலக்குகிறாள் குழலி.

களவின்போது காதல் என்பது இனிமையான விஷயம். காதல் புரியும்போது காதலர்கள் இருவரும் மிக மிக இனிமையாகப் பேசுவார்கள். நன்றாகப் பார்த்து பார்த்து அலங்கரித்துக்கொள்வார்கள். உடுத்துவார்கள். ஓர் எதிர்பார்ப்பு இருந்துகொண்டே இருக்கும். சொல்வதும், பேசுவதும் எல்லாம் சுகமாகத் தோன்றும்.

இவளோடு வாழ்நாள் எல்லாம் ஒன்றாக இருந்தால் எப்படி இருக்கும் என்ற அவனுக்கு ஒரு கற்பனை. இவனோடு வாழ்நாள் எல்லாம் இருந்தால் எப்படி இருக்கும் அவளுக்கு ஒரு கற்பனை. உணர்ச்சிகள் தூண்டப்பட்ட நிலையில் இருவரும் இருப்பார்கள்.

"சகியே.. சினேகிதியே காதலில் காதலில் காதலில் நிறமுண்டு
சகியே.. சினேகிதியே என் அன்பே அன்பே உனக்கும் நிறமுண்டு
பச்சை நிறமே பச்சை நிறமே..
இச்சை ஊட்டும் பச்சை நிறமே..
புல்லின் சிரிப்பும் பச்சை நிறமே..
எனக்குச் சம்மதம் தருமே.."

–கவிஞர். வைரமுத்து, அலைபாயுதே.

'அலைபாயுதே..' மாதவன் ஷாலினி போல.. பாட்டு பாடத் தோன்றும். கவிதை வரும். ஆட்டம் ஆடத் தோன்றும். கதைகளில் படித்தது, திரைப்படத்தில் பார்த்தது, கற்பனை செய்தது என்று எல்லாம் கலந்து வானவில் கனவுகள் வரும். படம் வரையத் தோன்றும். உலகம் அழகாகத் தெரியும். காரணம் இல்லாமல் சிரிப்பு வரும். தூக்கம் போகும். மண்ணிலே விண் தெரியும். கால்களுக்குச் சிறகு முளைக்கும். விண்ணிலே வீடு கட்டுவார்கள். கடைசியில் வீட்டினர் சம்மதத்துடனோ, சண்டைபோட்டோ திருமணம் ஆகும்.

பெற்றோர் பார்த்து வைத்த திருமணங்களில் அவர்களது உதவி கிடைக்கும் அளவுக்குக் காதல் திருமணங்களுக்கு உதவியும் பலமும் ஆதரவும் அவர்கள் தருகிறார்களா..? பெரும்பாலான நேரங்களில் இல்லை என்பதே உண்மை.

கற்பு வாழ்வு எனும் திருமணம் ஆன சிறிது நாளிலேயே, பெரும் பாலான காதல் கசக்கத் தொடங்கும். பொருளாதார நெருக்கடி. எதிர்பார்ப்புகள் தீர்ந்த பின் ஓர் ஏமாற்றம்.. இவ்வளவுதானா. இதற்கா இவ்வளவு அலைந்தோம் என்று ஒரு வெறுப்பு. கடுகளவு பிரச்சனைகளும் மலையளவுக்குத் தோற்றமளிக்கும்.

பெண்ணுக்கும் சரி, ஆணுக்கும் சரி காதலுக்கு முன் இருந்த அந்தப் பாசம், நேசம், பிரியம், அன்யோன்யம் திருமணத்துக்குப் பின்னும் அப்படியே தொடர்கிறதா..? என்பது மில்லியன் டாலர் கேள்வி.

இது ஏதோ இன்று நேற்று நடக்கும் நிகழ்வு அல்ல. சங்க காலம் தொட்டே இப்படித்தான் இருக்கிறது. அதைத்தான் சங்கப் புலவர் மிளைக் கந்தனார், வாயில் வேண்டிப் புக்க கிழவற்குத் தோழி கூறிய கூற்றாகப் பாடிய குறுந்தொகைப் பாடல் 196லிருந்து அறியலாம்.. அப்பாடல்..

"வேம்பின் பைங்காய்என் தோழி தரினே
தேம்பூங் கட்டி என்றனிர் இனியே
பாரி பறம்பின் பனிச்சுனைத் தெண்ணீர்
தைஇத் திங்கள் தண்ணிய தரினும்
வெய்ய உவர்க்கும் என்றனிர்
ஐய அற்றால் அன்பின் பாலே."

—மிளைக் கந்தனார், குறுந்தொகை 196.

ஐய! என் தோழியாகிய தலைவி, முன்பெல்லாம் வேம்பின் பச்சைக் காயைத் தந்தால் அதை இனிய மணமுள்ள வெல்லக்கட்டி என்று பாராட்டிக் கூறினீர்; இப்பொழுது, பாரியென்னும் வள்ளலுக்குரிய பறம்பு மலையிலுள்ள சுனையில் ஊறிய தெளிந்த நீரைத் தை மாதத்தில் குளிர்ச்சியாகத் தந்தாலும், அதை வெப்பமுடையதாகவும், உவர்ப்புச் சுவை உடையதாகவும் கூறுகின்றீர். உமது அன்பின் இயல்பு அத்தகையதாய் உள்ளது.

சரி.. ஆதனியும் அந்திசாயும் வேளையில் இரண்ய முட்டம் திரும்ப ஆயத்தமாகிறாள். கிளம்பும் முன் ஆயிரம் முறை குழலியிடம் அவள் ஆனந்தமாக உள்ளாளா என வெவ்வேறு விதங்களில் கேள்விகள்.. குன்றனிடம் குழலியைப் பார்த்துக்கொள்ளச் சொல்லி இரண்டாயிரம் வேண்டுதல்கள்.. குன்றனும் உறுதியளிக்கிறான் இனி இப்படி நிகழாது என்று.

குழலி சொன்ன பதில்களில் ஆதனி திருப்தி அடைந்தாளா..? குன்றனின் மேல் அவளுக்கு நம்பிக்கை வந்ததா.. இல்லையா..?

18 - இனிதெனக் கணவன் உண்டலின்!

ஆதனிக்கு குழலியும் குன்றனும் மகிழ்ச்சியாக உள்ளார்களா என்பதில் ஐயம். எப்பொழுதும் தன்னிடம் எதையும் மறைக்காமல் சொல்லும் குழலி இன்று ஏதோ மறைத்ததாகத் தோன்றியது. இதைக் குறித்துப் பேச இரணியமுட்டத்துக்கு வந்தவுடனே நேராகக் குழலியின் செவிலித்தாயான முத்தழகைப் பார்க்கச் செல்கிறாள்.

ஆதனியைப் பார்த்தவுடன், "என்னடி ஆதனி முகம் வதங்கிப் போய்க்கிடக்கு.. குழலியும் மாப்பிள்ளையும் எப்படி இருக்காங்க..?"

அதைச்சொல்லத்தான் வீட்டுக்குக் கூடப் போகாமல் இங்க வந்தேன் எனச் சொல்லி அங்கு நடந்த அனைத்தையும் சொல்லி முடிக்கிறாள் ஆதனி. முத்தழகின் வளர்த்த மனம் பதைபதைத்துப்போனது. இரண்டொரு நாளில் தானே சென்று பார்த்து வருவதாக உறுதி அளிக்கிறாள்.

முத்தழகு ஆதனியிடம் சொன்னது போலவே இரண்டு நாட்களில் குழலியின் தாய் மாதேவியிடம் தனக்குக் குழலியின் நினைப்பாகவே உள்ளது. இலவந்திகை சென்று ஒரு எட்டு பார்த்துவருகிறேன் என்கிறாள்.

குழலி ஒரு செல்வந்தர் வீட்டுப்பெண். அவள் தன் வீட்டில் செல்லமாக வளர்ந்தவள். அவளுக்குச் சமைத்துப் பழக்கமில்லை. திருமணம் முடிந்தவுடன் தன் கணவனுடன் தனிக்குடித்தனம் போய்விட்டாள். "அவளுக்குச் சமைக்கத் தெரியாதே! அவள் என்ன செய்கிறாளோ? எப்படிக் குடும்பம் நடத்துகிறாளோ?" என்று அவள் தாய் மாதேவி வருந்துகிறாள். ஆதனி இலவந்திகை சென்று வந்து எதையும் தெளிவாகச் சொல்லவில்லை என மேலும் கலங்குகிறாள். அதனால் முத்தழகு தன் மகளை நேரில் காண விழைகிறாள் என்ற உடனே வழியனுப்பி வைத்தாள்.

இலவந்திகையிலும், ஆதனி சென்ற பிறகு குழலியும் குன்றனும் இலகுவாகப் பேசிக்கொள்ளும் அளவுக்கு வந்திருந்தார்கள். குழலிக்கு அதுவே நல்ல துவக்கமாக இருந்தது.

தான் வளர்த்த பெண்ணைத் தன் பெண்ணாகவே நினைக்கும் முத்தழகு இலவந்திகையில் குழலியின் வீட்டை அடைகிறாள். அங்குச் சன்னலின் வழியாக அவள் கண்ட காட்சி அவள் மனத்தை ஆனந்தத்தில் ஆழ்த்துகிறது.

தன் வீட்டிலிருக்கின்ற வரை சமையல் கலை என்றால் என்னவென்றே தெரியாத குழலி சமைத்துக்கொண்டிருக்கிறாள். அதுவும் எப்படி என்றால் முகம் நிறையப் பிரகாசத்துடன் மகிழ்ச்சியாய்ச் சமைத்துக்கொண்டிருக்கிறாள். தன் வீட்டுச் சொந்தங்களின் நினைவோ, புதிய இடம் என்ற கவலையோ இல்லாமல் கட்டிய கணவனைப் பெரிதாக நினைத்து மிகவும் சிரத்தை எடுத்துச் சமைப்பது போலத் தோன்றுகிறது.

கணவன் குன்றனுக்காக மோர்க்குழம்பு வைத்துக்கொண்டிருக்கிறாள். அதற்கு நல்ல கெட்டித் தயிரைப் பானையிலிருந்து எடுக்கிறாள். அந்தத் தயிரைக் குழம்பு வைப்பதற்குப் பிசைகிறாள். குழலி பிசையும் அழகைப் பார்த்துப் பூரிப்பு அடைகிறாள் முத்தழகு.

செவிலித்தாய் இல்லையா? எப்படி விளையாட்டா விளையாடிட்டிருந்த குழந்தை. அவளுக்கு எப்பவும் குழந்தையாகத் தான்குழலி தோன்றுவாள். காந்தள் மெல் விரல் கொண்ட குழலி, கெட்டித் தயிரைப் பிசையும் பொழுது அவள் ஆடை நழுவுகிறது. வியர்க்கிறது. வியர்வை பெருகுவதை என்ன செய்கிறாள்? தயிர் பிசைந்த கையின் ஒரு விரலால் அப்படி இப்படித் தள்ளி விடுகிறாள். அப்போது அவள் முகத்தில் முகத்தில் மீசை வைத்த மாதிரி இருக்கிறது. நெற்றியிலே ஒரு வெள்ளைக் கோடு விழுகிறது. இப்படி அங்கேயும் இங்கேயுமாக முகத்தில் அந்தத் தயிரினுடைய வெண்மை பரவுகிறது.

குழலி அணிந்து இருப்பது விலை உயர்ந்த பட்டாடை. தயிரைப் பிசைந்த கையினாலேயே சற்றும் யோசிக்காமல் நழுவி விழுகின்ற ஆடையைப் பிடித்துத் தன்னுடைய இடுப்பில் சொருகுகிறாள். அப்போது அந்தப் பட்டாடையிலும் தயிர் படுகிறது. ஆடை அழுக்காகிறது என்றெல்லாம் அவள் யோசிக்கவே இல்லை. கடுகு, உளுத்தம் பருப்பு, கறிவேப்பிலை எல்லாம் எண்ணெய்யில் போட்டு குழம்புக்குத் தாளிக்கிறாள். சடசடவென்று ஒலி எழும்புகிறது.

ஒலிக்கும் போது தாளிப்புப் புகை எழும்பிக் கமழ்கிறது. புகை சன்னலைக் கடந்து பரவ முத்தழகு அதனை இரசித்து மணத்தை நுகர்கிறாள்.

தன் வீட்டில் அவளுக்குச் சடையைப் பின்னி விடுவதற்கு ஒரு வேலையாள். காலில் கொலுசு மாட்டுவதற்கு ஒரு வேலையாள். ஆடையைத் துவைப்பதற்கு ஒரு வேலையாள். சமையல் செய்வதற்கு ஒரு வேலையாள். இப்படி எத்தனையோ வேலையாட்களை வைத்து வேலை வாங்கியவள். இங்கே வந்தவுடனே கணவன் வீட்டிலே எந்த வேலைக்காரர்களையும் வைத்துக் கொள்ளாமல் சமைத்து முடிப்பதைப் பார்த்து ஆச்சரியப்படுகிறாள்.

தானே சமைத்த புளிப்பான தயிர்க் குழம்பைச் சுடசுடச் சோற்றுடன் குன்றனுக்குப் பரிமாறுகிறாள். அவனும் அதைப் பிசைகிறான். பிசைந்து ஒரு வாய் புசிக்கிறான். பிறகு அவள் முகத்தை ஒருதடவை பார்க்கிறான். சாப்பாட்டை ஒரு தடவை பார்க்கிறான். பார்த்துக்கொண்டே அவன் வாயிலே எடுத்து அந்த உணவைத் தொடர்ந்து இரசித்துப் புசிக்கிறான். உண்ணும் போது, “ஆகா நல்லா இருக்கும்மா.. அப்பப்பா என்ன சுவைம்மா” எனச் சொல்கிறான்.

இது ரொம்ப ரொம்ப முக்கியம். எப்போதுமே தன் மனையாளுடைய சமையலைக் கணவன் பாராட்ட வேண்டும். ஆனா இந்தக் காலத்தில் சில பேர் இருப்பார்கள். நல்லா குனிந்துகொண்டு, கட்டுக்கட்டு எனக் கட்டுவார்கள். நல்லா சமைத்து இருப்பாள் மனைவி. எப்படி இருந்தது எனக் கேட்பாள். ம்.. மட்டும் கொட்டுவான் கணவன். அப்ப அவளுக்கு வெறுத்துப் போகும். என்னடா இது நம்ம இவ்வளவு பாடுபட்டு இவருக்காகச் சமைத்தோம். ஒரு வார்த்தை இந்த மனுசன் சொல்ல மாட்டேங்கறாரே என்று. அப்படிப்பட்ட இந்தச் சூழலைப் பார்க்க முடிகிறது. ஏனென்றால் ரொம்ப அவசரமான யுகம். இந்த அவசர யுகத்தில் இவனோ கோழி கொத்துவதைப் போலச் சாப்பாட்டைச் சாப்பிட்டு ஓடுகிறான். எங்கே மனைவி சமைத்த சாப்பாட்டை அவன் பாராட்டப்போகிறான்..?

ஆனால், குன்றன் அப்படி இல்லை.. என்ன சொல்கிறான்.. இனிது எனச் சொல்லிப் பாராட்டுகிறான். அதனைக் கேட்டுக் குழலியின் முகம் மகிழ்வதைப் பார்த்து முத்தழகும் மகிழ்கிறாள். குழலியைக் காண வரும் வழியில் எல்லாம் கவலையுடன் வந்தாள் முத்தழகு. திருமண வாழ்வில் நடக்கும் நல்லதையும், வேண்டாதவற்றைக்

கடந்து செல்லவும் எடுத்து உரைக்க வேண்டும் என என்னென்னவோ நினைத்துக்கொண்டு வந்தாள். ஏன்னா, தொல்காப்பியர் கூட செவிலித் தாய்த் திறனை..

"நல்லவை உரைத்தலும் அல்லவை கழிதலும்
செவிலிக் குரிய ஆகும் என்ப''

–பொருளதிகாரம்: கற்பியல், தொல்காப்பியம் 1097.

எனும் நூற்பாவின் வழி நற்றாய்க்கு இணையாய்த் தலைவியின் மீது பேரன்பு கொண்ட செவிலி நல்லனவற்றை எடுத்துரைப்பதிலும், தீயவற்றைக் கடிந்துரைப்பதிலும் தவறமாட்டாள் என்று சொல்லியிருக்கிறார்.

முத்தழகு தன் மகள் குழலி குடும்பம் நடத்துகின்ற பாங்கினைப் பார்த்து மகிழ்கிறாள். வந்த வேலை முடிந்த திருப்தியில் உள்ளே சென்று குழலியைக் கூடப் பார்க்காமல் உடனே இரணியமுட்டம் திரும்புகிறாள். குழலியின் தாய் மாதேவியைச் சந்தித்து எல்லாவற்றையும் சொல்லிப் பேரானந்தம் அடைகிறாள். மாதேவியும் கவலை நீங்கி மகள் நலமுடன் வாழ வாழ்த்துகிறாள்.

இந்தச் சூழலை உணவுச் சுவையுடன், கணவன் மனைவி வாழ்வியல் பண்பாட்டு நெறியையும் சேர்த்தே விளக்கும் அற்புதமான பாடலொன்று சங்கப்பாடலில் உள்ளது. கடிநகர் சென்ற செவிலித்தாய் நற்றாய்க்கு உரைத்த கூற்றாகச் சங்கப் புலவர் கூடலூர் கிழார் எழுதியுள்ளார். (கடிநகர் – மணவீடு; திருமணமான பிறகு கணவனும் மனைவியும் நடத்தும் தனிக்குடித்தனத்தைக் குறிக்கிறது). குறுந்தொகையின் 167 ஆவது பாடல்..

''முளிதயிர் பிசைந்த காந்தள் மெல்விரல்
கழுவுறு கலிங்கங் கழாஅது உடீஇ
குவளை யுண்கண் குய்ப்புகை கழுமத்
தான் துழந்து அட்ட தீம்புளிப் பாகர்
இனிதெனக் கணவ னுண்டலின்
நுண்ணிதின் மகிழ்ந்தன் றொண்ணுதல் முகனே.''

–கூடலூர் கிழார், குறுந்தொகை 167.

கட்டித் தயிரைப் பிசைந்த காந்தள் மலரைப் போன்ற மெல்லிய விரல்களைத் துடைத்துக்கொண்டு ஆடையைத் துவைக்காமல் உடுத்திக்கொண்டு, குவளை மலரைப் போன்ற மைத்தீட்டிய கண்களில் தாளிப்பின் புகை நிறைய, தானே துழாவிச் சமைத்த இனிய புளிப்பையுடைய மோர்க்குழம்பைத் தன் கணவன், இனிதென்று உண்பதனால் தலைவியின் முகம் மிக நுட்பமாக மகிழ்ச்சியை வெளிப்படுத்தியது.

சரி, தீம்புளி என்றால் என்ன? சாப்பிட்டதுண்டா? சங்கப்பாடல் சொல்லும் சுவையான பண்டம் இது! ஆம், புளியையும் கருப்பங்கட்டியையும் சேர்த்துப் பிசைந்து அதைப் பொரிப்பார்கள். இப் பண்டத்துக்குத்தான் தீம்புளி என்று பெயர்.

இலவந்திகையில் குன்றன் நிறைவாக உணவு உண்ட பின் என்னாவாயிற்று? குழலியும் குன்றனும் மனம் திறந்து பேசினார்களா..? நல்லறம் சிறக்க இல்லறத்தில் வாழ்ந்தார்களா..?

19 - கமழும் கார்கூந்தல்...!

இரவு உணவு முடிந்தபின் குன்றன் மெதுவாகத் தோட்டத்துக்குச் செல்கிறான். குன்றன் இரசித்து உண்டதில் அவளுக்கு அளவிட முடியாத மகிழ்ச்சி. குழலியும் சமையலறையைச் சுத்தம் செய்துவிட்டுக் குன்றனைத் தொடர்கிறாள்.

குன்றனும் குழலியின் நினைவில். எவ்வளவு இடைவெளிக்குப் பிறகு, இடர்களுக்குப் பிறகு திருமணம் புரிந்துள்ளோம். அவளை மணந்தது தனது பாக்கியம் அல்லவா என எண்ணுகிறான். குழலியை இனி மனம் கோணாமல் பார்த்துக்கொள்ள வேண்டும் என நினைக்கிறான்.

அவன் அருகில் சென்று ஒட்டியும் உரசாமலும் நிற்கிறாள் குழலி. கனவுகள் மிதக்கும் கண்களுடன் அவள். குழலியின் கண்களைக் காணும் குன்றனுக்கு, நாடி நரம்பெல்லாம் அவளைத் தழுவும் ஆவல் எழுகிறது. அருகில் நிற்கும் அவளுடைய கூந்தலிலிருந்து எழும் மயக்கும் நறுமணம் அவனை எங்கேயோ அழைத்துச் செல்கிறது.

காலமோ இளவேனிற்காலம். மரங்களில் குருவிகள் கூடு கட்ட எத்தனிக்கின்றன. செடிகளின் இலைக்காம்புகள் முழுக்க முகைகள். கொடிகள் மொட்டவிழ்த்து சிரிக்கின்றன. காற்று மெல்ல வந்து காதுகளில் கிசுகிசுக்கிறது. மலர்களின் வாசனையையும் நாசித்துளைகளில் நுழைக்கிறது. குழலியின் கூந்தல் மணத்துக்கு இவ்வண்ணப் பூக்களின் மணம் ஈடாகுமா என நினைக்கிறான்.

அவளுடன் பேச்சை எப்படித் தொடங்குவது எனச் சிந்தித்துக் கொண்டிருக்கும் பொழுதில் அவனுக்கு இதோ நானிருக்கிறேன் உதவ எனச் சொல்வது போல அரிய வகை வண்டொன்று தேனைச் சுவைக்க ரீங்காரமிட்டுக்கொண்டு வருகிறது.

குறிஞ்சி நிலத்தில் மலர்களுக்கா பஞ்சம்? பல வகை மலர்களில் மதுவைச் சுவைக்கும் வண்டுக்குத் தெரியாத சுவையா? மணமா?

வந்த வண்டு மலர்களில் அமராமல் குழலியின் கூந்தலைச் சுற்றிசுற்றி வருகிறது.

அதுவோ அம்சிறை வண்டு. தேனை ஆராய்ந்து உண்ணுகின்ற வாழ்க்கையுடைய அகம் சிறை தான் அம்சிறை. உள்ளுக்குள்ளே ஒரு சிறு இறகு இருக்கும். அதுதான் ரீங்கரிக்கும். அப்படி உள்ளுக்குள்ளே சிறகுகளையுடைய தும்பி என்று சொல்லக்கூடிய வண்டினங்களிலே உயர்ந்த அரச வண்டு. அதனிடம் கேட்கிறான்.

"அரச வண்டே, என்னுடைய நிலத்திலே இருக்கின்ற வண்டு நீ ஆகையினாலே, நான் கேட்கிறேன் எனச் சொல்லாமல், என் விருப்பத்துக்குப் பதில் அளிக்காமல், நீ கண்டு அறிந்ததைச் சொல்வாயாக..

மயில் போன்ற சாயல் உடையவள், நெருங்கிய பல்வரிசையு டையவள். இதோ நிற்கிறாளே என்னவள்.. இவளுடைய கூந்தலின் மணத்தை விடவா நீ அறிந்த பூக்கள் வாசனை மிகுந்தது? இவள் கூந்தலுக்கு ஈடாக எந்த வாசனைப் பூவை உன்னால் சொல்ல முடியும்..?"

குழலியுடன் பேசுவதற்கான ஒரு வாய்ப்பினைக் குன்றன் ஏற்படுத்திக் கொள்கிறான். அப்படி ஏற்படுத்திக்கொள்ளும் பொழுது அவன் நேரடியாகச் சொற்களைச் சொல்ல இயலாது. அப்படி அவன் சொல்ல முற்படும்பொழுது அவளுடைய கூந்தலைப் புகழ்ந்து சொல்லுகிறான். அதாவது அவளுடைய கூந்தல் இயற்கையான மணம் உடையதாகத் திகழ்கிறது என்று வண்டைப் பார்த்துக் கேட்கிறான்.

அவள் தலையில் பறக்கின்ற வண்டை அப்படி விரட்டுவது போல அவளது கூந்தலை நீவி விடுகிறான் குன்றன். தலையிலே மொய்க்கின்ற அந்த வண்டினைக் கையிலே ஓச்சுவது போல ஓச்சி, அவளது உடலைத் தொட்டுவிடுகிறான்.

இதனைத்தான் குறிஞ்சித் திணையில், வண்டு ஓச்சி மருங்கு அணைதல் என்ற துறையில் குறுந்தொகைப் பாடலொன்றை இயற்றி உள்ளார் இறையனார். இறையனார் என்பது தமிழ்ச் சங்கத்தின் புலவர்களுள் ஒருவராக வீற்றிருந்த சிவபெருமானைக் குறிக்கின்ற ஒரு சொல். தலைவன் கூற்றாக அமைந்த அப்பாடல் குறுந்தொகை 2ஆம் பாடல்..

"கொங்குதேர் வாழ்க்கை அஞ்சிறைத் தும்பி
காமம் செப்பாது கண்டது மொழிமோ

பயிலியது கெழீஇய நட்பின் மயில் இயல்
செறி எயிற்று அரிவை கூந்தலின்
நறியவும் உளவோ நீயறியும் பூவே."

–இறையனார், குறுந்தொகை 2.

பூந்தாதை ஆராய்ந்து தேனை உண்ணுகின்ற வாழ்க்கையையும், அழகிய இறகுகளையும் உடைய வண்டே! நான் கேட்க விரும்பியதைக் கூறாமல், நீ கண்டு அறிந்ததையே சொல்வாயாக! நீ அறியும் மலர்களுள், என்னோடு பழகியதால் நெருங்கிய நட்பையும், மயில் போன்ற சாயலையும், நெருங்கிய பற்களையும் உடைய இந்த இளம்பெண்ணின் கூந்தலைப் போல நறுமணமுடைய மலர்களும் உளவோ?

இப்பாடலில் குறிஞ்சி நிலத்தின் கருப்பொருளாகிய வண்டும், உரிப்பொருளாகிய புணர்ச்சியும் (ஆண் பெண் சேர்க்கையும்) குறிப்பிடப் பட்டிருப்பதால், இப்பாடல் குறிஞ்சித் திணையைச் சார்ந்ததாகக் கருதப்படுகிறது.

இப்பாடலைப் பற்றிய காட்சியைத் திருவிளையாடல் படத்தில் பார்த்திருக்கலாம். படத்தில் தருமி என்பவன் என்ன செய்கின்றான்? இறைவனைத் தேடிச் சென்று இந்தப் பாடலை பெற்றுக்கொண்டு என்ன செய்கிறான்..? நேராக அரசனிடம் சென்று கொடுத்து, அதனை வேடிக்கைப் பொருளாகக் காட்டி இருக்கிறார்கள்.

ஆனால் உள்ளபடியே திருவிளையாடல் புராணத்தில் என்ன செய்தி சொல்லப்படுகிறது என்று சொன்னால், தருமி என்று சொல்லக் கூடியவன், ஒப்பேதும் திருமேனியைத் தீண்டக்கூடிய சிவாச்சாரியார் மரபிலே தோன்றிய ஓர் அந்தணச் சிறுவன். அவனுக்கு என்ன ஆசை என்றால், இறைவனுடைய லிங்கத் திருமேனியைத் தொட்டு வழிபட வேண்டுமென்று ஓர் ஆசை. அந்தக் காலத்தில் லிங்கத் திருமேனியைத் தொட்டு வழிபட வேண்டும் என்றால் திருமணம் ஆகி இருக்க வேண்டும். திருமணம் ஆகாதவர்கள் லிங்கத் திருமேனியைத் தொட்டுப் பூசை செய்யக் கூடாது என்ற ஒரு மரபு இருந்த காலம். அப்படிப்பட்ட காலத்திலே இவனுக்குத் திருமணம் செய்ய வேண்டிய பொருள் இல்லை.

வரதட்சிணை என இப்போது சொல்வது போல அந்தக் காலத்திலே பெண்ணுக்குப் பொருள் கொடுத்து அந்தப் பெண்ணை திருமணம் செய்து கொண்டுவரவேண்டும். இவனோ ஏழை. இவன் பொருளுக்கு

எங்கே போவான்..? அப்படிப்பட்ட சூழ் நிலையில்தான் அரசனுடைய பொற்கிழி கட்டப்பட்டு, அவர் ஒரு சந்தேகம் எழுப்பியதாக செய்தி வருகிறது. இந்தச் செய்தியைக் கேட்ட அவன் இறைவனைப் பார்த்து இறைவா..

சொக்கலிங்க மகாபிரபு, நானோ ஏழை உன்னைத் தீண்டி, மெய் தீண்டி முப்பொழுதும் வழிபட வேண்டும் என்ற ஆசை. ஆனால், நான் திருமணம் முடிக்காமல் இருக்கிறேனே. இதற்கு ஒரு வழிகாட்ட மாட்டாயா? என்று சொன்ன உடனே சிவபெருமான், இந்த ஓலை நறுக்கைக் கொடுத்தார் என்றும் மற்றைய செய்திகள் எல்லாம் நடந்தது போல இவன் அரசவையிலே, யாருடைய அரசவையிலே என்றால் சண்பகபாண்டியன் என்ற பாண்டிய மன்னனின் சபையிலே சென்று அந்தப் பாடலை வாசிக்க, பொற்கிழியை அரசன் கொடுக்க, அதை நக்கீரர் தடுக்க, இருவருக்குமிடையே இறைவன் நேராக வந்து சொன்ன உடனே இறைவனுக்கும், நக்கீரருக்கும் ஒரு வாக்குவாதம் நடக்க, அந்த வாக்குவாதத்திலே நக்கீரர் இப்பாடலில் பொருள் குற்றம் இருப்பதாகக் கூறியதாகவும் (அதாவது, பெண்களின் கூந்தலில் இயற்கையான மணமில்லை என்றுகூறியதாகவும்) காட்டப்படுகிறது.

அங்கு நக்கீரன் செருக்கினாலே பேசியதாகக் கருதினார் சிவபெருமான்.

சிவபெருமான் சினந்து, தன் நெற்றிக்கண்ணைக் காட்டியதாகவும், நக்கீரர் “நெற்றிக் கண்ணைக் காட்டினாலும் குற்றம் குற்றமே” என்று கூறியதாகவும், சிவபெருமானின் நெற்றிக் கண்ணிலிருந்து வந்த வெப்பம் தாங்க முடியாமல் நக்கீரரின் உடலெல்லாம் புண் ஆனதாகவும், பின்னர் சிவபெருமான் நக்கீரரை மன்னித்ததாகவும், மீண்டும் நக்கீரர் பொற்றாமரைக் குளத்திலே எழுந்து வருவதற்கு இறைவன் அருள் புரிந்ததாகவும் உள்ள செய்தி எல்லாம் திருவிளையாடல் புராணத்தில் உள்ள செய்திதான். ஆகையினால் அப்படிப்பட்ட ஓர் அற்புதமான செய்தி இந்தப் பாடலிலே இருப்பதால், இறைவனே இப்பாடலைப் பாடியது என்பார்கள்.

ஏறத்தாழ அனைவரும் கேட்டிருக்கும் பாடல்தான் என்றாலும் தருமியினுடைய இந்தக் கதையைத் திருவிளையாடல் படத்தில் சற்று மாற்றிக் காட்டியிருக்கிறார்கள் எனத் தோன்றுகிறது.

சரி மீண்டும் இலவந்திகைக்கு வரலாம். குன்றனின் தீண்டலில் குழலி கொதித்து விலகினாளா? இளகி இழைந்தாளா? உருகி உயிர்த்தாளா?

20 - மாமழையே பெய்தினி வாழியோ..!

பூங்குன்றனின் தீண்டலில் பூங்குழலி உருகி குன்றனின் கைகளில் தவழ்கிறாள். மேனியில் மெல்லிய நடுக்கம். கிறங்கித் தவிக்கும் கண்கள். ஒட்டாமல் ஒட்டி இழையும் இதழ்கள். பெருமூச்சு விடும் நாசிகள். சில்லிட்டுச் சிவந்த பத்மமாய்க் காது மடல்கள். பேசத் துடிக்கும் தொண்டைக் குழி. சீரில்லாமல் ஏறி இறங்கும் மார்பகங்கள். அத்தனை தவிப்புகள் இருந்தாலும் தன்னவனுடைய மார்பின் அடர் மயிர் காட்டில் நிம்மதியாகத் தொலைந்து போக விழைகிறாள் குழலி.

“ஆம் தொலைந்து போ..” எனக் குழலியின் எண்ணத்தை ஆமோதிப்பது போல வானம் தூறியது. குன்றனும் தனது ஒவ்வொரு உடல் அணுவும் அவளுக்கானது என்பதை உணர்த்தும் வகையில் குழலியைக் யையிலேந்தி உள் அழைத்துச் செல்கிறான். நடையில் கம்பீரம். உடல் மொழியில் துள்ளல். வதனத்தில் மிளிரும் பேரானந்தம். மணம் முடித்த முதல் கைக்கெட்டும் தூரத்திலிருந்தாலும் எட்டாக் கனியாக இருந்தவளை ஏந்திச் செல்லும் கரங்களில் கெட்டியாகப் பிடித்திருக்கும் மெத்தென்ற கிடுக்கிப்பிடி. என்னவள் என்ற பெருமிதம். உடலும் உள்ளமும் ஒன்றென ஆனபின்பு எழும் பெரும் காதல் தீ.

நிறைவான உள்ளத்தோடு, குழலியோடு விரும்பிக் கூடுகிறான். எங்கெங்கோ ஓடித் திரிந்து இறுதியில் கடலோடு கூடும் நதியின் ஆர்ப்பரிப்பு அவளது முகத்தில் பிரதிபலிக்கிறது. அலையலையாய் பெரும் உணர்ச்சியின் எழுச்சிகள். தணியாது எரியும் வேட்கை. நீயின்றி நானேது என்ற இடையறாத அன்பு. அடங்காது அடங்கிய தாகத்தில் ஒருவருக்குள் ஒருவர்.

இவர்கள் வசிப்பது குறிஞ்சி நிலமல்லவா.. சுனைக்கா பஞ்சம்? அல்லது குவளை மலர்களுக்கா பஞ்சம்..? குழலிக்கு மலர்கள் என்றால், அதுவும் கண் மலர்த்தி வாவென்று அழைக்கும் குவளைகளைக் கண்டால் மிகு இட்டம். மாலையில் சுனையில் மலரும் குறுகிய

காம்பையுடைய அன்றலர்ந்த குவளை மலரைக் கொய்து தன் தலையில் சூடிக்கொள்வது அவள் வழக்கம். இன்றும் சூடிக்கொண்டிருக்கிறாள்.

குன்றனுக்குக் கொஞ்ச நேரத்துக்கு முன்பு தோட்டத்தில் அஞ்சிறை வண்டிடம் பேசிய ஞாபகம் வந்தது. ஆக அவ்வளவு மணமாக மணக்கும் குழலியின் அழகிய கூந்தலையே மென்மையான படுக்கையாக்கி அதில் படுக்கிறான் அவன். இருவரது மனமும் சொல்லொணா நிறைவிலும் மகிழ்ச்சியிலும் ததும்பி வழிகின்றன.

இலக்கில்லாமல் சாளரத்தின் வழியே குன்றன் நோக்குகையில் கரிய பெரும் மேகங்கள் திரள்வதைக் காணுகிறான். அந்தி சாய்ந்து இருள் கவ்விய இரவு. அதனைக் கண்டவுடன், பெரிய மேகமே! இருள் கெடும்படி மின்னுக! குளிர்ச்சி உண்டாகும்படி விழுகின்ற துளிகளுள் இனியவற்றைச் சிதறுவாயாக! முறையாக நன்கு கற்றுத் தேர்ந்தவர் குறுந்தடியால் அடிக்கப்படும் முரசைப் போல முழங்குவாயாக! பலமுறை இடிஇடியென இடிமுரசு கொட்டுவாயாக! பன்னீராய்த் தெளித்து மழையைப் பெய்து வாழ்வாங்கு வாழ்வாயாக! என்கிறான்.

இதனைக் கேட்டுக்கொண்டிருந்த குழலி அப்படி என்ன மழையின் மீது அவ்வளவு பிரியம் என்கிறாள். நம்மிடையே பொருள்வயின் பிரிவு வந்தது. அந்தப் பிரிவுக்கான காரணத்தில் வெற்றி பெறப் பொன்வயலில் விவசாயம் செய்தேன். பயிர்கள் செழித்தோங்கக் காரணம் இந்த மழை தான். நான் எங்கிருந்தாலும் உன்னை எனதிருப்பில் கொண்டு வரும் சாமர்த்தியம் இந்த மழைக்கு உண்டு. மழை நாளில் எல்லோருக்கும் குளிரும் என்றால் உனது நினைவில் எனது உள்ளமும் உடலும் ஒருங்கே உனக்காகத் தகிக்கும் எனச் சொல்லிக்கொண்டே போகிறான்.

குன்றனுடைய மனநிலையைப் படம் பிடித்துக் காட்டுவது போல நான் எப்போதோ எழுதிய கவிதை ஒன்று நினைவுக்கு வருகிறது. நான் கவிதையின் தலைப்பை "அவனுக்கு மழை என்ற புனைபெயர் உண்டு" என வைத்திருந்தேன். அதனை "அவளுக்கு மழை என்ற புனைபெயர் உண்டு" என மாற்றி வாசித்தால் குன்றனைக் கண் முன் நிறுத்தும். அக்கவிதை... 'அவனுக்கு மழை என்ற புனைபெயர் உண்டு'..

"அப்பிக்கிடக்கிறது இருள்
தவளையின் ஓசையில் ஆர்ப்பரிக்கிறது
நடுநிசி
நாண்மீனாய் மனவயினில்
ஒளிர்கின்றன நினைவுகள்
மந்திரக் கயிற்றால் இறுகப் பிணைத்த

நொடிகளில் சிக்குண்டு கிடக்கிறேன்
இரத்த வெடிலை மோப்பம் பிடிக்கும் விலங்காய்
மூக்கு நுனியில் ஒட்டிக்கொள்கிறது
வஸ்திரக் கவிச்சை
இளஞ்சூட்டுக் குருதி உடலெங்கும் பரவ
காட்டுச்செடியென வளர்கிறது
நேசம்
தனித்திருக்கும் எனக்குத் துணையாகக்
கூதல் காற்று தழுவ
மெல்லத் திறக்கிறது வானம்
பெய்யெனப் பெய்கிறது
மழை.''

–பிரியா பாஸ்கரன், யாம நுகர் யட்சி.

குன்றன் மழையை வாழ்த்துவது போலவே, பாண்டிய மன்னனாகிய சங்கப் புலவர் பாண்டியன் பன்னாடுதந்தான் முல்லைத் திணையில் அழகிய குறுந்தொகைப் பாடலொன்றைப் பாடியுள்ளார். பாடலின் கூற்று வினைமுற்றிப் புகுந்த தலைமகன் கிழத்தியோடு உடன் இருந்து கூறியது. தலைவன் கூற்றாக அமைந்த குறுந்தொகை 270ஆவது பாடல்..

''தாழிருள் துமிய மின்னித் தண்ணென
வீழுறை யினிய சிதறி ஊழிற்
கடிப்பிகு முரசின் முழங்கி இடித்திடித்துப்
பெய்தினி வாழியோ பெருவான் யாமே
செய்வினை முடித்த செம்ம லுள்ளமோ
டிவளின் மேவின மாகிக் குவளைக்
குறுந்தாள் நாள்மலர் நாறும்
நறுமென் கூந்தல் மெல்லணை யேமே.''

–பாண்டியன் பன்னாடுதந்தான், குறுந்தொகை 270.

நாம், பொருள் தேடுவதில் வெற்றி பெற்று நிறைவுடன் கூடிய உள்ளத்தோடு, தலைவியோடு விரும்பிக் கூடி, மலர்ந்த குறுகிய காம்பை உடைய அன்றலர்ந்த குவளை மலர் மணக்கும் தலைவியின் அழகிய

கூந்தலாகிய மென்மையான படுக்கையில் உள்ளோம். ஆதலின், பெரிய மேகமே! இப்பொழுது, தங்கிய இருள் கெடும்படி மின்னி, குளிர்ச்சி உண்டாகும்படி விழுகின்ற துளிகளுள் இனியவற்றைச் சிதறி, முறையாகக் குறுந்தடியால் அடிக்கப்படும் முரசைப் போல முழங்கி, பலமுறை இடித்து, மழையைப் பெய்து வாழ்வாயாக!

பொருள் தேடுவதில் வெற்றி அடைந்த தலைவன், தான் மேற்கொண்ட இல்லறத்துக்குரிய பொருள் பெற்றதால் மகிழ்ச்சி அடைந்தான். மேலும், தலைவியோடு கூடியிருப்பதால் இன்பமும் அடைந்தான். ஆகவே, மன நிறைவினால் மழையை வாழ்த்துகிறான்.

மீண்டும் இலவந்திகையில் பூங்குன்றன், பூங்குழலி வீட்டுக்கு வருவோம். மழையை வாழ்த்துவதற்குக் குன்றன் ஆயிரம் காரணங்கள் சொன்னாலும் இன்னும் ஏதோ ஒரு காரணம் இருப்பதாகவே குழலிக்குத் தோன்றியது. அவளுக்கு அது என்னவாக இருக்கும் எனவும் ஒரு யூகம் உண்டு. அதனை அவனிடமிருந்து கேட்கும் ஆவலில் இன்னும் காரணங்கள் இருக்கும் போலவே எனச் சொல்லத் தூண்டுகிறாள் குழலி.

குன்றனின் வார்த்தைகள் குழைந்து சொற்களுக்கும் வலிக்கா வண்ணம் வருகின்றன..

உனக்கு நினைவு இருக்கிறதா குழலி.. நாம் முதன் முதலில் இரண்ய முட்டப் பூங்காவில் சந்தித்த அன்றும் மழைபொழிந்தது. அன்று உனது கண்கள் சரம் தொடுத்த கணத்தில் உன்னை ஆற்றுப்படுத்த எனக்கு வழி காட்டிய மழையை நான் மறக்க முடியுமா?

அன்று, "செம்புலப் பெயல் நீர் போல.." நம் அன்பைப் புரிய வைத்தது. அதுபோலவே கற்பு மணத்தில் இணைந்த இன்றும் மழை பொழிந்து நம்மை வாழ்த்துகிறது. புரிகிறதா.. ஏன் மழையின் மீதெனக்கு அளப்பறியா பிரியம் என்று.

என் மீது இருப்பதை விடவா..? என்று அவள் முடிக்கும் முன்னே பூங்குழலியின் இதழ்களைத் தனது இதழ்களால் பூட்டி விடையளிக்கிறான் பூங்குன்றன். வானம் இப்பொழுது பெரிதாக இடிமுரசு கொட்டி அவர்களை வாழ்வாங்கு வாழ்கவென வாழ்த்துகிறது. நாமும் அவர்களை வாழிய நலமென்று வாழ்த்துவோம்.